ANG KUMPLETONG LUPA NG KARNE NG BAKA AKLAT NG LUTUIN

Mabilis at Abot-kayang Lupa Karne ng baka Recipe na Gagawing Mas Madali at Mas Masarap ang Mga gabi sa linggo

María Carmen Suarez

Lahat ng karapatan ay nakalaan.

Disclaimer

Ang impormasyong nakapaloob sa eBook na ito ay nilayon na magsilbi bilang isang komprehensibong koleksyon ng mga diskarte na ginalugad ng may-akda ng eBook na ito. Ang mga buod, diskarte, tip, at trick ay mga rekomendasyon lamang ng may-akda, at hindi ginagarantiyahan ng pagbabasa ng eBook na ito na tumpak na masasalamin ng iyong mga resulta ang mga natuklasan ng may-akda. Ginawa ng may-akda ng eBook ang lahat ng makatwirang pagsisikap na magbigay ng kasalukuyan at tumpak na impormasyon para sa mga mambabasa ng eBook. Ang may-akda at ang kanyang mga nag-ambag ay hindi mananagot para sa anumang hindi sinasadyang mga pagkakamali o pagkukulang na maaaring matagpuan. Ang materyal sa eBook ay maaaring maglaman ng impormasyon mula sa mga ikatlong partido. Ang Mga Third-Party na Materyal ay naglalaman ng mga opinyon na ipinahayag ng mga may-ari ng mga ito.

Ang eBook ay Copyright © 2023 na ang lahat ng karapatan ay nakalaan. Labag sa batas na muling ipamahagi, kopyahin o lumikha ng mga derivative na gawa mula sa eBook na ito nang buo o bahagi. Walang bahagi ng ulat na ito ang maaaring kopyahin o muling ipamahagi sa anumang anyo nang walang malinaw at nilagdaang nakasulat na pahintulot ng may-akda.

TALAAN NG MGA NILALAMAN

- TALAAN NG MGA NILALAMAN 3
- PANIMULA 6
- BREAKFAST 7
  - 1. Carnivore Waffles 8
  - 2. Carnivore Quiche 10
  - 3. Carnivore Baked Eggs 12
- BURGER AT SANDWICHES 14
  - 4. Chunky Sloppy Joes 15
  - 5. Shortcut Bacon Cheeseburgers 17
  - 6. Masaya sa isang Bun 19
  - 7. Cheeseburger para sa microwave 21
- SALADS 23
  - 8. Lighter Stacked Taco Salad 24
  - 9. Unstuffed Cabbage 26
  - 10. Hoisin Beef Lettuce Cups 28
- GROUND BEEF CASEROLES 31
  - 11. Layered Spaghetti Casserole 32
  - 12. Enchilada Casserole 35
  - 13. Veggie Beef Casserole 37
  - 14. Pizza Casserole 40
  - 15. Shiitake at Cheese burger casserole 42
- GROUND BEEF CHILI 44
  - 16. Cincinnati Chili 45
  - 17. Beef at Sausage Sili 47
  - 18. Zippy Black-Bean Chili 49
  - 19. Chunky Vegetable and Beef Chili 51
  - 20. Bread Bowl Sili 53
  - 21. Pasta at Fagioli 55
  - 22. Taco Soup 57
  - 23. Chili Mac 59
  - 24. Beef at Bean Chili 61
- MERYenda AT DESSERTS 63
  - 25. Malalaking Pizza Muffins 64
  - 26. Spaghetti Sundaes 66
  - 27. Easy Cottage Pie 68
  - 28. Mexican Lasagna Rollups 70
  - 29. Slow Cooker Cheese Dip 72
- PIZZA 74
  - 30. Beef at Mushroom Pizza 75
  - 31. Meatball Pizza 79
  - 32. Chicago Style Pizza 83

33. Dutch oven pizza 86
34. Mexican Pizza 88
35. Pepperoni Pizza Sili 91
36. Pizza Burger 93
37. Thursday Night Pizza 95
38. Hamburger Pizza 98
39. Backroad Pizza 100
40. Mga Pambata na Pizza 102
41. Buttermilk Pizza 104
42. Worcestershire Pizza 106
43. Pizza Rigatoni 108
44. Mexican Style Pizza 110

MGA MEATBALLS 113
45. Labinlimang Minutong Meatballs 114
46. Mga bola-bola sa tomato sauce 116
47. Meatballs Tuhog 118
48. Nakabubusog na Spaghetti at Meatballs 121
49. Cheesy Meatballs 123
50. Meatballs at spaghetti sauce 125
51. Mga bola-bola na may pansit sa yogurt 127
52. Stracciatelle na may mga bola-bola 129
53. Meatball at ravioli na sopas 131
54. Bulgarian meatball sopas 133
55. Meat balls at frankfurters 135
56. Manhattan meatballs 137
57. Vietnamese meatballs 139
58. Swedish meat ball appetizers 141
59. Afghan kofta 143
60. Scottish meat balls 145
61. Hawaiian meatballs 147
62. Russian meat balls 149
63. Mediterranean meatballs 151
64. Griyego na mga meat ball 153
65. Madaling sweedish meat balls 155
66. Ghana meatball nilagang 157
67. Cantonese meat balls 159
68. Maligayang cocktail meatballs 161
69. Cranberry cocktail meatballs 163
70. Wine Meatballs 165
71. Chuletas 167
72. Chafing dish party meatballs 169
73. Mainit na meatball sandwich 171
74. Meatball-talong subs 173
75. Meatball hero sandwich 175

76. Meatball-talong subs 177
77. Mexican tortilla meatball sopas 179
RAMEN AT PASTA 181
78. Hayashi Ground Beef Curry 182
79. Ramen Noodle Skillet na may Steak 184
80. Japanese curried balls 186
81. Mock ramen pot pie 188
82. Ramen Noodle Skillet na may Steak 190
83. Ramen lasagna 192
84. Fermented Sichuan noodles 194
85. American ground beef ramen 197
86. Mung bang noodles skillet 199
87. Stir Fried Ground Beef Ramen 202
88. French ramen pan 204
89. Pastitsio 206
90. Korean meal prep beef bowls 208
PANGUNAHING PAGKAIN 211
91. Oniony Salisbury Steaks 212
92. Home-style Meatloaf 214
93. Cheesy Burger Fries 216
94. Baked Goulash 218
95. Madaling Stroganoff 220
96. Lahat sa Isang Pierogi Skillet 222
97. Mason jar Bolognese 224
98. Griyego-Style Beef with Veggies 227
99. Beef stuffed zucchini 229
100. TexMex kaserol 231
KONGKLUSYON 233

PANIMULA

Nagtataka ka ba kung ano ang gagawin gamit ang ground beef? Pagkatapos ay dumating ka sa tamang lugar. Napakaraming paraan upang magluto ng masarap na may giniling na karne ng baka! Ang aklat na ito ay magbibigay-inspirasyon sa iyo sa pinakamahusay at pinakasikat na mga recipe ng ground beef mula sa masasarap na makatas na mga hamburger, karne ng pasta at lasagna, masaganang sopas, nakakaaliw na meat pie, matitipunong Mexican dish, mas mahusay kaysa sa takeout na Asian dish, at higit pa!

Kung ikaw ay naghahanap upang kumain ng tama at pakiramdam mabuti, ang malusog na ground beef recipe ay isang magandang lugar upang makapagsimula!

BREAKFAST

1. Carnivore Waffles

servings: 4 (1 waffle)

MGA INGREDIENTS:
- 4 ounces giniling na manok o giniling na pabo
- 5 itlog
- 2 kutsarang tuyong parmesan cheese
- 4 ounces giniling na karne ng baka

MGA DIREKSYON:
a) Ilagay ang karne ng baka at manok sa isang kasirola at magdagdag ng mga 1 - 1-$\frac{1}{2}$ tasa ng tubig.
b) Ilagay ang palayok sa medium-high heat at pakuluan. Ibaba ang apoy ng kaunti at lutuin ng 5-7 minuto. Ilipat ang karne sa isang colander. Hayaang lumamig ng 10 minuto.
c) Ilipat ang bahagyang pinalamig na karne sa mangkok ng food processor. Gayundin, magdagdag ng mga itlog at parmesan. Iproseso hanggang makinis talaga.
d) Painitin muna ang waffle iron. Grasa at ikalat ang $\frac{1}{4}$ ng pinaghalong sa bakal. Magluto ng waffle tulad ng gagawin mo sa loob ng 5-7 minuto o hanggang maluto.
e) Alisin ang waffle at ilagay sa isang plato. Palamigin ng ilang minuto at ihain. Ulitin ang mga hakbang at gawin ang iba pang mga waffle.

2. Carnivore Quiche

mga serving: 8

MGA INGREDIENTS:
- 1-pound ground beef
- 1-pound giniling na atay ng baka
- 1-pound ground beef heart
- Mantikilya o ghee o beef tallow o anumang iba pang taba ng hayop na iyong pinili, upang lutuin, kung kinakailangan
- Asin sa panlasa
- 6 na itlog

MGA DIREKSYON:
a) Kumuha ng 2 pie plate (9 na pulgada) at lagyan ng mantika ang mga ito nang bahagya ng mantikilya o ghee.
b) Siguraduhin na ang iyong oven ay preheated sa 360° F.
c) Magdagdag ng karne ng baka, atay ng baka, puso ng baka, asin, at mga itlog sa isang mangkok at haluing mabuti.
d) Hatiin ang timpla sa 2 pie plate.
e) Ihurno ang mga meat pie hanggang itakda, mga 15 hanggang 20 minuto.
f) Gupitin ang bawat isa sa 4 na pantay na wedge kapag tapos na at ihain.

3. Carnivore Baked Egg

mga serving: 2

MGA INGREDIENTS:
- ½ kutsarang inasnan na mantikilya
- ½ kutsarita ng tuyo na perehil
- ¼ kutsarita ng pinausukang paprika
- 2 malalaking itlog
- 3.5 ounces giniling na karne ng baka
- ½ kutsarita na giniling na kumin ⬜ Asin at paminta sa panlasa
- ¼ tasa gadgad na cheddar cheese

MGA DIREKSYON:
a) Painitin muna ang iyong oven sa 400° F.
b) Magdagdag ng mantikilya sa isang maliit na ovenproof na kawali at ilagay ito sa mataas na apoy at hayaan itong matunaw.
c) Magdagdag ng karne ng baka at lutuin ng isang minuto, pagpapakilos sa lahat ng oras.
d) Haluin ang paprika, asin, paminta, kumin, at perehil. Hatiin ang karne habang niluluto. Patayin ang init.
e) Ilagay ang pinaghalong karne nang pantay-pantay, sa buong kawali. Gumawa ng 2 butas sa kawali. Dapat sapat na malaki ang mga butas para magkasya ang isang itlog.
f) Hatiin ang isang itlog bawat isa sa bawat lukab.
g) Ilagay ang kawali sa oven at maghurno hanggang sa maluto ang mga itlog sa paraang gusto mo.

BURGER AT SANDWICHES

4. Chunky Sloppy Joes

Naghahain: 8
Oras ng Pagluluto: 15 minuto

MGA INGREDIENTS
- 1-pound lean ground beef
- 1 maliit na zucchini, tinadtad
- 1 maliit na sibuyas, tinadtad
- 1 maliit na kamatis, tinadtad
- 2 tasang light spaghetti sauce
- 8 hamburger buns, hatiin

MGA DIREKSYON

a) Sa isang malaking kawali, brown ground beef, zucchini, at sibuyas sa medium-high heat 10 hanggang 12 minuto, o hanggang ang karne ng baka ay hindi na pink at zucchini ay malambot.

b) Bawasan ang init sa medium-low at ihalo ang tomato at spaghetti sauce. Magluto ng karagdagang 4 hanggang 5 minuto, o hanggang sa uminit.

c) Kutsara sa ibabang kalahati ng mga bun, takpan ng bun top, at ihain kaagad.

5. Shortcut Bacon Cheeseburgers

Nagsisilbi: 4
Oras ng Pagluluto: 10 minuto
MGA INGREDIENTS
- 1-1/4 pounds ground beef
- 1/4 tasa ng bacon bits
- 1/2 tasa (2 onsa) ginutay-gutay na Cheddar cheese
- 1/2 kutsarita ng asin
- 1/4 kutsarita ng itim na paminta
- 1/4 tasa ng tuyong mumo ng tinapay
- 1/4 tasa ng tubig
- 4 na hamburger buns, hatiin

MGA DIREKSYON

a) Sa isang malaking mangkok, pagsamahin ang lahat ng Sangkap maliban sa mga buns. Hatiin ang timpla sa 4 na pantay na dami at gumawa ng 4 na patties.

b) Mag-init ng malaking nonstick skillet sa katamtamang init at mag-pan-fry patties sa loob ng 6 hanggang 8 minuto, o hanggang sa matuyo ang juice, paminsan-minsan ay umiikot. Ihain ang mga burger sa mga buns.

6. Masaya sa isang Bun

Naghahain: 6
Oras ng Pagluluto: 20 minuto

MGA INGREDIENTS
- 1-1/2 pounds ground beef
- 2-1/4 tasa ng spaghetti sauce
- 2 kutsarita ng light brown sugar
- 1 tasang durog na tortilla chips
- 6 na hamburger buns

MGA DIREKSYON
a) Sa isang malaking kawali, brown ground beef sa medium-high heat mga 8 minuto, paminsan-minsang hinahalo; alisan ng tubig ang labis na likido.
b) Haluin ang mga natitirang Sangkap. Bawasan ang init sa mababang at kumulo ng karagdagang 8 hanggang 10 minuto, hanggang sa uminit.
c) Ihain sa hamburger buns.

7. Cheeseburger para sa microwave

Yield: 4 na Servings

MGA INGREDIENTS
- 1 Inihurnong pie crust
- 1 libra Ground beef
- 1 kutsarita ng Asin
- ½ kutsarita ng Oregano
- ¼ kutsarita ng Paminta
- ½ tasa ng tuyong mumo ng tinapay
- 1 lata (8-oz) tomato sauce
- ¼ tasa tinadtad na sibuyas
- ¼ tasa tinadtad na berdeng paminta
- 1 Itlog; binugbog
- ¼ tasa ng Gatas
- ½ kutsarita Bawat isa: asin; tuyong mustasa, at Worcestershire
- 2 tasang hinimay na cheddar cheese

MGA DIREKSYON
a) Sa 2-quart casserole, lutuin at haluin ang karne hanggang kayumanggi, 5-6 minuto. Alisan ng tubig.
b) Haluin ang asin, oregano, paminta, mumo, ½ tasang tomato sauce, sibuyas at berdeng paminta. Maging crust. Magluto sa medium para sa 10 minuto (o mataas para sa 7 minuto.) Magdagdag ng gatas sa itlog; haluin ang mga pampalasa at keso.
c) Ilagay sa pinaghalong karne at lutuin sa medium sa loob ng 2 minuto o mataas sa loob ng 1-½ minuto. Kayumanggi 3-4 minuto.

SALADS

8. Lighter Stacked Taco Salad

Naghahain: 12
Oras ng Pagluluto: 10 minuto
Oras ng Paghahanda: 5 minuto

MGA INGREDIENTS
- 1-pound extra-lean ground beef
- 1 (1.25-onsa) na pakete ng dry taco seasoning
- paghaluin
- 1 ulo ng iceberg lettuce, tinadtad (mga 8 tasa)
- 3/4 tasa (3 onsa) pinababang taba na ginutay-gutay na Cheddar na keso
- 1(16-onsa) lata ng kidney beans, banlawan at pinatuyo
- 2 malalaking kamatis, diced (mga 2 tasa)
- 1 (8-ounce) bag na inihurnong tortilla chips, dinurog
- 1 tasa (8 ounces) matamis-at-maanghang na mababa ang taba
- French salad dressing

MGA DIREKSYON
a) Sa isang medium skillet, brown ground beef na may taco seasoning mix, hinahalo upang masira ang karne; alisan ng tubig at palamig.
b) Sa isang malaking glass trifle o iba pang serving bowl, ilagay ang kalahati ng lettuce pagkatapos ay kalahati ng cheese, beans, ground beef, at mga kamatis. Ulitin ang mga layer pagkatapos ay lagyan ng durog na tortilla chips.
c) Bago ihain, lagyan ng dressing at ihagis upang mabalot ng mabuti.

9. Walang laman na repolyo

MGA INGREDIENTS
- 1 kg na giniling na karne ng baka
- 1 malaking sibuyas na tinadtad
- 1 maliit na ulo ng repolyo
- 2 tasa ng diced na kamatis
- 1 lata ng tomato passata
- 1/2 tasa ng tubig
- 2 cloves ng bawang
- 2 kutsarita ng asin

MGA DIREKSYON
a) Magluto ng karne ng baka at sibuyas hanggang kayumanggi. Magdagdag ng mga natitirang Sangkap at pakuluan.
b) Pakuluan hanggang lumambot ang repolyo, 30 minuto.

10. Hoisin Beef Lettuce Cups

MGA INGREDIENTS:

- ¾ pound ground beef
- 2 kutsarita ng gawgaw
- Kosher na asin
- Bagong giniling na itim na paminta
- 3 tablespoons langis ng gulay, hinati
- 1 kutsarang binalatan ng pinong tinadtad na luya
- 2 sibuyas ng bawang, pinong tinadtad
- 1 karot, binalatan at tinadtad
- 1 (4-onsa) na lata ng diced water chestnut, pinatuyo at binanlawan
- 2 kutsarang hoisin sauce
- 3 scallion, puti at berdeng bahagi na pinaghiwalay, hiniwa ng manipis
- 8 malapad na iceberg (o Bibb) dahon ng lettuce, pinutol sa maayos na bilog na mga tasa

MGA DIREKSYON:

a) Sa isang mangkok, iwisik ang karne ng baka na may gawgaw at isang pakurot ng asin at paminta. Haluing mabuti para pagsamahin.

b) Init ang isang kawali sa katamtamang init hanggang sa sumirit ang butil ng tubig at sumingaw kapag nadikit. Ibuhos ang 2 kutsarang mantika at paikutin ang base ng wok. Idagdag ang karne ng baka at kayumanggi sa magkabilang panig, pagkatapos ay ihagis at i-flip, hatiin ang karne ng baka sa mga gumuho at kumpol sa loob ng 3 hanggang 4 na minuto, hanggang sa ang karne ng baka ay hindi na kulay rosas. Ilipat ang karne ng baka sa isang malinis na mangkok at itabi.

c) Punasan ang wok malinis at ibalik ito sa katamtamang init. Idagdag ang natitirang 1 kutsara ng mantika at mabilis na iprito ang luya at bawang na may kaunting asin. Sa sandaling mabango na ang bawang, ihagis ang carrot at water chestnut sa loob ng 2 hanggang 3 minuto, hanggang sa lumambot ang carrot. Ibaba ang apoy sa katamtaman, ibalik ang karne ng baka sa kawali, at ihalo kasama ang hoisin sauce at ang scallion whites. Ihagis upang pagsamahin, mga isa pang 45 segundo.

d) Ikalat ang mga dahon ng litsugas, 2 bawat plato, at hatiin nang pantay-pantay ang pinaghalong karne ng baka sa mga dahon ng letsugas. Palamutihan ng mga scallion greens at kumain tulad ng gagawin mo sa malambot na taco.

GROUND BEEF CASEROLES

11. Layered Spaghetti Casserole

Naghahain: 6
Oras ng Pagluluto: 32 minuto
Oras ng Paghahanda: 5 minuto

MGA INGREDIENTS
- 8 ounces hilaw na spaghetti
- 1-pound ground chuck
- 1 maliit na sibuyas, tinadtad
- 1 (26-onsa) garapon pasta sauce na may mushroom
- 1/4 tasa ng mantikilya
- 1/4 tasa ng all-purpose na harina
- 1(12-onsa) na maaaring evaporated na gatas
- 1/2 tasa gadgad na Parmesan cheese
- 1/4 kutsarita ng asin
- 1/4 kutsarita ng itim na paminta
- 2 tasa (8 ounces) ginutay-gutay na matalim na Cheddar cheese, hinati

MGA DIREKSYON

a) 1. Magluto ng pasta ayon sa mga Direksyon sa pakete; alisan ng tubig.
b) 2. Samantala, lutuin ang karne ng baka at sibuyas sa isang kawali sa katamtamang init, haluin hanggang ang karne ng baka ay gumuho at hindi na kulay rosas; alisan ng tubig. Pagsamahin ang pasta, halo ng karne, at pasta sauce sa isang malaking mangkok; ihagis upang pagsamahin. Itabi.
c) 3. Painitin ang hurno sa 400 degrees F. Matunaw ang mantikilya sa isang kasirola sa katamtamang init. Gumalaw sa harina; magluto ng 1 minuto. Dahan-dahang ihalo sa gatas; magluto ng 5 minuto o hanggang lumapot. Alisan sa init; ihalo ang Parmesan cheese, asin, at paminta.
d) 4. Ibuhos ang kalahati ng pinaghalong spaghetti sa isang bahagyang greased na 7- x 11-inch na baking dish; lagyan ng cheese sauce ang spaghetti. Budburan ng 1 tasang Cheddar cheese. Itaas ang natitirang spaghetti mixture, at iwiwisik ang natitirang 1 tasang Cheddar cheese. Maghurno ng 15 minuto o hanggang matunaw ang keso.

12. Enchilada Casserole

Oras ng Pagluluto: 25 minuto

Oras ng Paghahanda: 15 minuto

MGA INGREDIENTS
- 2 pounds ground chuck ◻ 1 sibuyas, tinadtad
- 2 (8-ounce) lata na tomato sauce
- 1 (11-onsa) lata Mexicorn, pinatuyo
- 1 (10-onsa) lata na enchilada sauce
- 1 kutsarita ng sili na pulbos
- 1/4 kutsarita ng ground cumin
- 1/2 kutsarita ng itim na paminta
- 1/4 kutsarita ng asin
- 10 (5-pulgada) na corn tortilla, hinati
- 2 tasa (8 ounces) ginutay-gutay na Cheddar cheese, hinati

MGA DIREKSYON
a) 1. Magluto ng karne ng baka at sibuyas sa isang malaking kawali sa katamtamang apoy, haluin hanggang sa gumuho ang karne ng baka at hindi na kulay rosas; alisan ng tubig.
b) 2. Painitin ang hurno sa 375 degrees F. Haluin ang tomato sauce at susunod na 6 na sangkap sa pinaghalong karne; pakuluan. Bawasan ang init sa katamtaman, at lutuin, walang takip, 5 minuto, pagpapakilos paminsan-minsan.
c) 3. Ilagay ang kalahati ng mga tortilla sa ilalim ng isang greased 9- x 13-inch baking dish. Kutsara ang kalahati ng pinaghalong karne ng baka sa mga tortillas; budburan ng 1 tasang keso. Ulitin ang mga layer na may natitirang tortillas at beef mixture.
d) 4. Maghurno ng 10 minuto. Budburan ng natitirang keso; maghurno ng karagdagang 5 minuto o hanggang matunaw ang keso. Ihain na may kulay-gatas, kung ninanais.

13. Veggie Beef Casserole

Oras ng Pagluluto: 24 minuto

MGA INGREDIENTS
- 8 ounces hilaw na elbow macaroni
- 1-1/4 pounds ground round
- 1 kutsarang canola oil
- 1 (16-onsa) bag na frozen na pinaghalong gulay, natunaw
- 1 (10-3/4-ounce) lata ng cream ng mushroom soup, hindi natunaw
- 1 tasang gatas
- 1/2 kutsarita ng tuyo na oregano
- 1/4 kutsarita ng ground black pepper
- 1 kutsarita ng Worcestershire sauce
- 1 (10-3/4-ounce) lata ng cream ng celery na sopas, hindi natunaw
- 1/2 tasa (2 onsa) ginutay-gutay na matalim na Cheddar cheese

MGA DIREKSYON

a) Magluto ng pasta ayon sa mga Direksyon sa pakete. Patuyuin at itabi.
b) Painitin ang hurno sa 425 degrees F.
c) Magluto ng karne ng baka sa isang malaking kawali sa katamtamang init, pagpapakilos hanggang sa ito ay gumuho at hindi na kulay rosas; alisan ng tubig at itabi ang karne ng baka.
d) Init ang mantika sa parehong kawali sa katamtamang init; magdagdag ng mga gulay, at igisa ng 2 minuto. Haluin ang cream ng mushroom soup at susunod na 4 na sangkap.
e) Pakuluan, patuloy na pagpapakilos. Bawasan ang init sa katamtaman, at lutuin ng 4 na minuto o hanggang lumapot.
f) Pagsamahin ang pasta, karne ng baka, pinaghalong gulay, at sopas ng kintsay sa isang malaking mangkok. Ibuhos ang halo sa isang bahagyang greased na 9- x 13-inch na baking dish. Budburan ng keso.
g) Maghurno, walang takip, 10 minuto o hanggang matunaw ang keso.

14. Pizza Casserole

Oras ng Pagluluto: 22 minuto

MGA INGREDIENTS
- 1-pound lean ground beef
- 1 (14.5-onsa) na maaaring diced na kamatis na may basil, bawang, at oregano
- 1(10-onsa) na lalagyan na pinalamig na pizza crust
- 2 tasa (8 ounces) ginutay-gutay na mozzarella cheese, hinati
- 1/4 tasa ng gadgad na Parmesan cheese

MGA DIREKSYON

a) 1. Painitin muna ang oven sa 425 degrees F. Pahiran ng cooking spray ang isang 9- x 13-inch na baking dish.

b) 2. Sa isang katamtamang kawali, brown ground beef sa medium-high heat, hinahalo at dudurog ang karne ng baka hanggang sa walang nalalabing pink; alisan ng tubig.

c) 3. Magdagdag ng mga kamatis sa karne ng baka; lutuin hanggang uminit.

d) 4.Samantala, i-unroll ang pizza crust; pindutin ang ibaba at kalahating bahagi ng inihandang baking dish. Budburan ang 1 tasang mozzarella cheese sa ibabaw ng crust pagkatapos ay ibabawan ng halo ng karne.

e) 5. Maghurno nang walang takip 12 minuto. Itaas ang natitirang 1 tasang mozzarella cheese at budburan ng Parmesan cheese. Maghurno ng 5 minuto, o hanggang sa maging ginintuang ang crust at matunaw ang keso. Gupitin sa mga parisukat at ihain.

15. Shiitake at Cheese burger casserole

GINAWA: 6
KABUUANG ORAS: 20 minuto

MGA INGREDIENTS
- 1 lb. Ground Beef (80/20)
- 4 oz. Shiitake mushroom, hiniwa
- 1/2 tasa ng Almond Flour
- 3 tasang Tinadtad na Cauliflower ◻ 1 kutsarang Chia Seeds
- 1/2 kutsarita Bawang Powder
- 1/2 kutsarita ng onion powder
- Ketchup
- 1 kutsarang Dijon Mustard
- 2 kutsarang Mayonnaise
- 4 oz. Cheddar na Keso
- Asin at paminta para lumasa

MGA DIREKSYON
a) Painitin muna ang oven sa 350 degrees Fahrenheit.
b) Sa isang malaking mixing bowl, pagsamahin ang lahat ng Ingredients at kalahati ng cheddar cheese.
c) Ibuhos ang pinaghalong sa isang 9x9 baking pan na may linyang parchment. Pagkatapos ay iwiwisik ang natitirang kalahati ng cheddar cheese sa itaas.
d) Maghurno ng 20 minuto sa tuktok na rack.
e) Ihain na may mga karagdagang toppings pagkatapos hiwain.

GROUND BEEF CHILI

16. Cincinnati Chili

Nagsisilbi: 4
Oras ng Pagluluto: 36 minuto

MGA INGREDIENTS
- 1-pound lean ground beef
- 1 maliit na sibuyas, tinadtad
- 1 kutsarang unsweetened cocoa
- 2 kutsarang sili na pulbos
- 1/2 kutsarita ng giniling na pulang paminta
- 1/4 kutsarita ng ground allspice
- 1/4 kutsarita ng giniling na kanela
- 1 (28-onsa) lata ng dinurog na kamatis
- 1 (6-onsa) lata ng tomato paste
- 1/4 tasa ng tubig
- 1 kutsarang asukal
- 1/2 kutsarita ng asin

MGA DIREKSYON

a) Sa isang malaking kasirola o sopas pot, brown beef na may sibuyas sa katamtamang init 6 hanggang 8 minuto, o hanggang sa walang pink na natitira sa karne.

b) Alisan ng tubig ang anumang labis na likido pagkatapos ay ibalik ang kasirola sa kalan at magdagdag ng mga natitirang Sangkap; haluing mabuti.

c) Pakuluan pagkatapos ay bawasan ang init sa mababang at kumulo ng 30 minuto, pagpapakilos paminsan-minsan.

17. Beef at Sausage Chili

Naghahain: 8
Oras ng Pagluluto: 50 minuto
MGA INGREDIENTS
- 2-1/2 pounds lean ground beef
- 1-1/2 pounds Italian sausage, inalis ang casing
- 2 malalaking sibuyas, tinadtad
- 2 sibuyas ng bawang, tinadtad
- 2 lata (15-1/2 ounces bawat isa) maitim na pulang kidney beans, hindi pinatuyo
- 1 lata (28 ounces) durog na kamatis
- 1/4 tasa ng sili na pulbos
- 1 kutsarita ng ground cumin
- 1 kutsarita ng asin
- 1/2 kutsarita ng itim na paminta

MGA DIREKSYON
a) Sa isang sopas pot, brown ground beef, sausage, sibuyas, at bawang sa mataas na init 20 hanggang 25 minuto, madalas na hinahalo.
b) Magdagdag ng mga natitirang sangkap; haluing mabuti at pakuluan. Bawasan ang init sa medium-low at kumulo ng 30 minuto, paminsan-minsang pagpapakilos.

18. Zippy Black-Bean Chili

Gumagawa: 4 na tasa
Oras ng Pagluluto: 16 minuto
Oras ng Paghahanda: 3 minuto

MGA INGREDIENTS
- 1/4-pound ground beef
- 1 kutsarang sili na pulbos
- 1 (19-ounce) lata na black beans, hinuhugasan at pinatuyo
- 1 (14-1/2-onsa) lata ng dinurog na mga kamatis, hindi pinatuyo
- 1 (8-onsa) na garapon ng mainit na salsa
- Tinadtad na Cheddar cheese

MGA DIREKSYON
a) Magluto ng giniling na karne ng baka sa isang malaking kawali sa katamtamang init, pagpapakilos hanggang sa ito ay gumuho at hindi na kulay rosas; alisan ng tubig ng mabuti. Magdagdag ng chili powder; magluto ng 3 minuto, patuloy na pagpapakilos.

b) Magdagdag ng black beans, kamatis, at salsa; pakuluan. Takpan, bawasan ang init, at kumulo ng 5 minuto, patuloy na pagpapakilos. Budburan ng keso ang bawat serving.

19. Chunky Gulay at Beef Chili

Nagsisilbi: 4
Oras ng Pagluluto: 1 oras

MGA INGREDIENTS
- 2 pounds ground beef
- 1 sibuyas, tinadtad
- 1 (28-onsa) lata ng dinurog na kamatis
- 1(16-onsa) lata pinto beans, undrained
- 1/2 tasa ng tubig
- 2 kutsarang pulot
- 2 malalaking zucchini, tinadtad nang magaspang
- 2 pulang kampanilya na paminta, tinadtad nang magaspang
- 3 kutsarang sili na pulbos
- 1-1/2 kutsarita ng asin
- 3/4 kutsarita ng itim na paminta

MGA DIREKSYON

a) Sa isang 6-quart soup pot, kayumanggi ang karne ng baka at ang sibuyas sa katamtamang init ng 5 hanggang 6 na minuto, o hanggang sa walang pink na natitira sa karne ng baka; alisan ng tubig ang labis na likido.

b) Idagdag ang natitirang Sangkap; haluing mabuti, takpan, at pakuluan. Bawasan ang apoy sa mababang at kumulo ng karagdagang 45 hanggang 50 minuto, o hanggang ang mga gulay ay malambot, paminsan-minsang pagpapakilos.

20.Bread Bowl Sili

Naghahain: 8
Oras ng Pagluluto: 40 minuto
MGA INGREDIENTS
- 2 pounds ground beef
- 1 kutsaritang tinadtad na bawang
- 1(28-onsa) lata na durog na kamatis
- 2(15-onsa) lata na pulang kidney beans, hindi natuyo
- 1-onsa na sobre na pinaghalong sopas ng sibuyas
- 3 kutsarang sili na pulbos
- 8 Kaiser roll

MGA DIREKSYON
a) Sa isang malaking palayok, pagsamahin ang giniling na karne ng baka at bawang sa katamtamang init, at kayumanggi ng 10 minuto.
b) Magdagdag ng dinurog na kamatis, kidney beans, onion soup mix, at chili powder; haluing mabuti at pakuluan, madalas na pagpapakilos. Bawasan ang init sa mababang, at kumulo ng 30 minuto.
c) Samantala, gupitin ang isang 1-1/2-pulgadang bilog sa tuktok ng bawat roll at alisin ang mga bilog ng tinapay. Magreserba ng mga bilog upang ihain kasama ng sili para sa pag-dunking. I-hollow out ang mga rolyo, mag-iwan ng 1/2 pulgada ng tinapay sa mga gilid, na lumilikha ng mga mangkok.
d) Ilagay ang mga mangkok ng tinapay sa mga plato at lagyan ng sili ang mga ito, hayaang umapaw ang sili.

21. Pasta at Fagioli

Servings: 10

MGA INGREDIENTS:
- 1 ½ lb. giniling na karne ng baka
- 2 tinadtad na sibuyas
- ½ kutsarita ng red pepper flakes
- 3 kutsarang langis ng oliba
- 4 na tinadtad na tangkay ng kintsay
- 2 tinadtad na sibuyas ng bawang
- 5 tasang sabaw ng manok
- 1 tasang tomato sauce
- 3 kutsarang tomato paste
- 2 kutsarita ng oregano
- 1 kutsarita ng basil
- Asin at paminta para lumasa
- 1 15-oz. maaari cannellini beans
- 2 tasang nilutong maliit na Italian pasta

MGA DIREKSYON:

a) Sa isang malaking kaldero, kayumanggi ang karne sa loob ng 5 minuto, o hanggang sa hindi na ito kulay rosas. Alisin sa equation.

b) Sa isang malaking kawali, init ang langis ng oliba at lutuin ang mga sibuyas, kintsay, at bawang sa loob ng 5 minuto.

c) Idagdag ang sabaw, tomato sauce, tomato paste, asin, paminta, basil, at red pepper flakes, at pukawin upang pagsamahin.

d) Ilagay ang takip sa kasirola. Pagkatapos ang sopas ay dapat hayaang magluto ng 1 oras.

e) Idagdag ang karne ng baka at lutuin ng isa pang 15 minuto.

f) Idagdag ang beans at ihalo upang pagsamahin. Pagkatapos nito, magluto ng 5 minuto sa mababang init.

g) Haluin ang nilutong pasta at lutuin ng 3 minuto, o hanggang uminit.

22. Taco Sopas

Nagsisilbi: 4

MGA INGREDIENTS:
- 1 lb. giniling na karne ng baka
- 1 kutsarang langis ng oliba
- 1 katamtamang sibuyas, tinadtad
- 2 pakete ng taco seasoning
- 2 (15 oz.) lata na hiniwang kamatis at paminta
- 2 tasang sabaw ng manok
- 1 (15 oz.) lata ng black beans
- 1 (15 oz.) lata na butil ng matamis na mais
- 1 (15 oz.) lata Great Northern beans
- Asin at itim na paminta sa panlasa MGA TOPPING:
- Sariwang lemon juice
- Tortilla strips
- Grated Monterey Jack cheese
- Diced na kamatis
- Hiniwang abukado
- Tinadtad na sariwang cilantro

MGA DIREKSYON
a) Magluto ng karne ng baka sa katamtamang kaldero sa katamtamang init sa loob ng 10 minuto na may paminsan-minsang paghahalo hanggang kayumanggi. Sandok ang karne ng baka sa isang plato at itabi.
b) Init ang langis ng oliba sa kawali at igisa ang sibuyas sa loob ng 3 minuto o hanggang lumambot.
c) Ibalik ang karne ng baka sa kaldero at idagdag ang mga natitirang Sangkap maliban sa mga toppings. Pakuluan at pakuluan ng 10 minuto o hanggang lumapot ng bahagya ang sabaw. Ayusin ang lasa na may asin at itim na paminta.
d) Ilagay ang sopas sa mga serving bowl at magdagdag ng mga toppings.

23. Chili Mac

Nagsisilbi: 4

MGA INGREDIENTS:
- 1 lb. giniling na karne ng baka
- Asin at itim na paminta sa panlasa
- ½ tasang tinadtad na sibuyas
- 1 kutsaritang tinadtad na bawang
- 1 (14 oz.) lata ng dark red na kidney beans, pinatuyo at binanlawan
- 1 (15 oz.) lata na diced na kamatis at paminta
- 1 (8 oz.) lata na tomato sauce
- ½ tasang pinatuyong macaroni
- ½ tasang tubig
- 1 kutsarang sili na pulbos
- ½ kutsarita cumin powder
- 1 tasang gadgad na cheddar cheese
- Tinadtad na sariwang perehil para sa dekorasyon

MGA DIREKSYON
a) Magdagdag ng karne ng baka sa isang non-stick medium pot at lutuin ng 10 minuto o hanggang kayumanggi. Timplahan ng asin at itim na paminta.
b) Gumalaw sa sibuyas at bawang; lutuin ng 3 minuto o hanggang lumambot ang sibuyas.
c) Ibuhos ang mga natitirang Sangkap maliban sa parsley at cheddar cheese. Pakuluan at pakuluan ng 15 hanggang 20 minuto o hanggang al dente ang macaroni. Ayusin ang lasa na may asin at itim na paminta.
d) Budburan ng cheddar cheese sa ibabaw, takpan ang kaldero at kumulo ng 1 hanggang 2 minuto o hanggang matunaw ang keso.
e) Lutuin ang pagkain at ihain nang mainit.

24. Beef at Bean Chili

MGA INGREDIENTS:
- ½ tasa ng de-latang black o pinto beans, binanlawan at pinatuyo
- ½ tasa (mga 3 oz.) lutong giniling na karne ng baka
- ½ tasa ng mataas na kalidad na salsa
- 1 kutsarita ng manipis na hiniwang pinutol na mga scallion
- ¼ kutsarita ng kosher na asin
- 1 kutsarita ng pinong tinadtad na sariwang dahon ng cilantro
- Mga 6 na tortilla chips
- 1 kutsarita guacamole, para sa paghahatid
- 1 kutsarita ng kulay-gatas, para sa paghahatid

MGA DIREKSYON

a) Sa isang maliit na mangkok, haluin ang beans, giniling na karne ng baka, salsa, scallion, at asin, at ibuhos sa isang 12-oz. tabo.

b) Takpan at microwave hanggang mainit, mga 2 minuto. 3. Budburan ang cilantro at ipasok ang mga chips sa paligid ng mga gilid.

c) Ihain kasama ang guacamole at sour cream.

MERYenda AT DESSERTS

25. Beefy Pizza Muffins

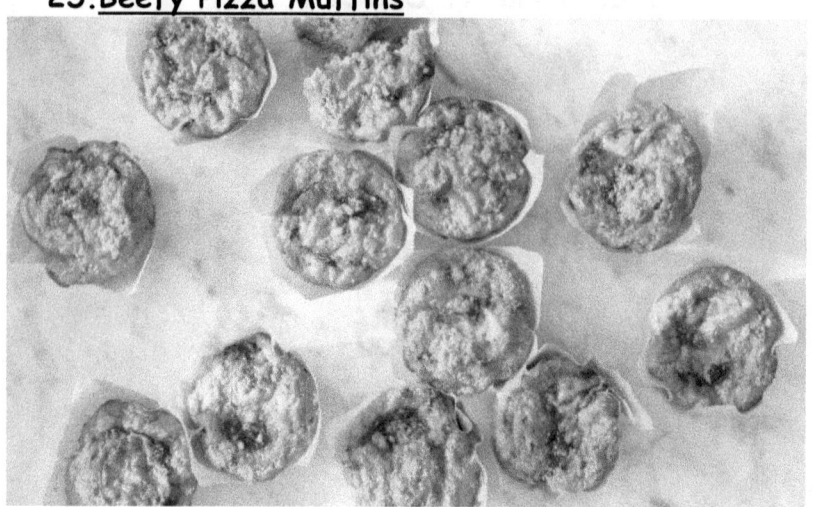

Gumagawa: 12 mini pizza
Oras ng Pagluluto: 25 minuto

MGA INGREDIENTS
- 1-pound ground beef
- 1 maliit na sibuyas, tinadtad
- 1/2 kutsarita pulbos ng bawang
- 1/2 kutsarita ng asin
- 1/4 kutsarita ng itim na paminta
- 1-1/2 tasa ng spaghetti sauce
- 6 English muffins, hatiin
- 1 tasa (4 ounces) ginutay-gutay na pinababang taba na mozzarella cheese

MGA DIREKSYON
a) Painitin ang hurno sa 400 degrees F.
b) Sa isang malaking kawali, igisa ang giniling na karne ng baka, sibuyas, pulbos ng bawang, asin, at paminta sa mataas na apoy 8 hanggang 10 minuto, o hanggang magkulay brown ang karne ng baka; alisan ng tubig ang likido pagkatapos ay ihalo sa spaghetti sauce.
c) Buksan ang English muffins at ilagay ang mga halves sa isang baking sheet; maghurno ng 6 hanggang 8 minuto, o hanggang sa bahagyang toasted. Alisin ang mga muffin mula sa oven at kutsara ang pinaghalong karne ng baka nang pantay-pantay sa ibabaw ng mga ito. Iwiwisik ang mozzarella cheese nang pantay-pantay sa ibabaw ng karne ng baka.
d) Maghurno ng mga muffin ng karagdagang 7 hanggang 8 minuto, o hanggang sa uminit at matunaw ang keso.

26. Spaghetti Sundaes

Naghahain: 8
Oras ng Pagluluto: 45 minuto

MGA INGREDIENTS
- 1-pound hilaw na spaghetti
- 1 (16-ounce) jar spaghetti sauce ⬜ 3/4-pound ground beef
- 1/3 tasa ng Italian-style na mumo ng tinapay
- 1 itlog
- 1/2 kutsarita ng asin
- 1/4 kutsarita ng paminta

MGA DIREKSYON
a) Painitin ang hurno sa 350 degrees F.
b) Magluto ng spaghetti ayon sa mga Direksyon sa pakete.
c) Sa isang medium-sized na kasirola, init ng spaghetti sauce sa mahinang apoy hanggang sa uminit.
d) Samantala, sa isang malaking mangkok, pagsamahin ang meatball Mga Sangkap: giniling na baka, mumo ng tinapay, itlog, asin, at paminta; haluing mabuti. Bumuo sa 8 meatballs at maghurno sa malaking rimmed cookie sheet na pinahiran ng cooking spray sa loob ng 20 hanggang 25 minuto.
e) Ihagis ang spaghetti sa sarsa hanggang sa pantay na pinahiran at ilagay sa mga baso ng sundae. Itaas ang bawat isa na may isang meatball at ihain.

27. Easy Cottage Pie

Nagsisilbi: 4
Oras ng Pagluluto: 25 minuto

MGA INGREDIENTS
- 6 tablespoons mantikilya, hinati
- 1 tasang tinadtad na sibuyas
- 1-1/2 pounds lean ground beef
- Asin at itim na paminta sa panlasa
- 1 tasa (8 onsa) de-latang o de-boteng brown na gravy
- 2 tasang mashed patatas

MGA DIREKSYON
a) Painitin ang hurno sa 400 degrees F.
b) Init ang 4 na kutsarang mantikilya sa isang malaking kawali. Magdagdag ng sibuyas at lutuin, pagpapakilos nang madalas, hanggang sa bahagyang browned. Magdagdag ng karne ng baka, asin, at paminta, at magluto ng 5 minuto. Haluin ang gravy at init hanggang sa bumubula.
c) Kutsara ang timpla sa isang greased 2-quart casserole dish.
d) Ikalat ang mashed patatas sa ibabaw ng karne at lagyan ng mga piraso ng natitirang mantikilya.
e) Maghurno ng 15 hanggang 20 minuto o hanggang sa bahagyang browned ang patatas.

28. Mexican Lasagna Rollups

Naghahain: 8
Oras ng Pagluluto: 50 minuto

MGA INGREDIENTS
- 8 hilaw na lasagna noodles
- 3 tasa ng salsa, hinati
- 1-pound ground beef
- 1 (1.25-onsa) na pakete ng taco seasoning mix
- 1 tasa (4 ounces) ginutay-gutay na Monterey jack cheese
- 1 tasa (1/2 pint) kulay-gatas
- 1 (2.25-ounce) lata na hiniwang itim na olibo, pinatuyo (1/2 tasa)

MGA DIREKSYON
a) Painitin muna ang oven sa 350 degrees F. Pahiran ng cooking spray ang isang 9- x 13-inch na baking dish.
b) Magluto ng lasagna noodles ayon sa mga Direksyon sa pakete; alisan ng tubig at itabi. Ikalat ang 1 tasang salsa sa ilalim ng inihandang baking dish; itabi.
c) Sa isang medium skillet, brown ground beef sa medium-high heat mga 10 minuto; alisan ng tubig ang labis na likido. Haluin ang taco seasoning mix at 1 tasa ng salsa.
d) Hatiin ang bawat pansit sa kalahati, ikalat ang bawat kalahati na may 2 kutsarang pinaghalong karne ng baka, at i-roll up. Ilagay ang lasagna rollups sa baking dish. Ibuhos ang natitirang 1 tasa ng salsa sa mga rollup at budburan ng keso ang tuktok. Takpan ng maluwag na may aluminum foil at maghurno ng 22 hanggang 25 minuto, o hanggang matunaw ang keso.
e) Bago ihain, magsandok ng 1 kutsarang kulay-gatas sa bawat rollup at budburan ng hiniwang itim na olibo.

29. Slow Cooker Cheese Dip

Nagsisilbi: 4

MGA INGREDIENTS:
- 1 lb. giniling na karne ng baka
- ½ lb. maanghang na pork sausage
- 2 lb. cubed Velveeta
- 2 (10 oz.) lata na hiniwang kamatis at paminta
- Asin sa panlasa

MGA DIREKSYON
a) Magluto ng karne ng baka at sausage sa isang kawali sa katamtamang init sa loob ng 10 minuto o hanggang kayumanggi.
b) Magdagdag ng timpla at natitirang Sangkap sa slow cooker. Timplahan ng asin.
c) Isara ang kusinilya at lutuin sa HIGH sa loob ng 4 na oras o LOW sa loob ng 8 oras.
d) Buksan ang takip, haluing mabuti at isawsaw ang ulam.
e) Tangkilikin ang mainit-init na may veggie stick, tortilla strips, atbp.

PIZZA

30. Beef at Mushroom Pizza

MGA INGREDIENTS
- All-purpose na harina para sa pag-aalis ng alikabok sa balat ng pizza o nonstick spray para sa pag-grasa sa tray ng pizza
- 1 lutong bahay na masa
- 1 kutsarang unsalted butter
- 1 maliit na dilaw na sibuyas, tinadtad (mga 1/2 tasa)
- 5 ounces cremini o white button mushroom, hiniwa nang manipis (mga 11/2 tasa)
- 8 ounces (1/2 pound) lean ground beef
- 2 kutsarang dry sherry, dry vermouth, o dry white wine
- 1 kutsarang tinadtad na dahon ng perehil
- 2 kutsarita ng Worcestershire sauce
- 1 kutsarita na may tangkay na dahon ng thyme
- 1 kutsaritang tinadtad na dahon ng sambong
- 1/2 kutsarita ng asin
- 1/2 kutsarita na sariwang giniling na itim na paminta
- 2 kutsarang de-boteng sarsa ng steak
- 6 ounces Cheddar, ginutay-gutay

MGA DIREKSYON
a) Sariwang kuwarta sa isang pizza stone. Alikabok ang balat ng pizza na may harina itakda ang kuwarta sa gitna nito. Buuin ang kuwarta sa isang malaking bilog sa pamamagitan ng dimpling nito gamit ang iyong mga daliri.

b) Sariwang kuwarta sa isang pizza stone. Alikabok ng harina ang balat ng pizza. Ilagay ang kuwarta dito at gamitin ang iyong mga daliri upang dimple ang kuwarta sa isang malaking bilog. Kunin ang kuwarta sa gilid nito at iikot ito sa iyong mga kamay hanggang sa maging bilog na mga 14 na pulgada ang diyametro. Ilagay ang hugis na masa na may harina sa gilid pababa sa balat.

c) Sariwang kuwarta sa isang tray ng pizza. Grasa alinman sa nonstick spray. Ilagay ang kuwarta sa tray o baking sheet na dimple gamit ang iyong mga daliri— pagkatapos ay hilahin at pindutin ito hanggang sa bumuo ng 14-pulgadang bilog sa tray o hindi regular na 12 × 7-pulgadang parihaba sa baking sheet.

d) Isang inihurnong crust. Ilagay ito sa balat ng pizza kung gumagamit ng pizza stone—o ilagay ang inihurnong crust sa isang tray ng pizza.

e) Matunaw ang mantikilya sa isang malaking kawali na itinakda sa katamtamang init. Idagdag ang luto ng sibuyas, madalas na pagpapakilos, hanggang sa lumambot, mga 2 minuto.

f) Idagdag ang mga mushroom magpatuloy sa pagluluto, pagpapakilos paminsan-minsan, hanggang sila ay lumambot, magbigay ng kanilang likido, at ito evaporates sa isang magpakinang, tungkol sa 5 minuto.

g) Durog na lutuin ang giniling na karne ng baka, paminsan-minsang pagpapakilos, hanggang sa maging kayumanggi at maluto, mga 4 na minuto.

h) Ihalo ang sherry, o ang kapalit nito, ang perehil, Worcestershire sauce, thyme, sage, asin, at paminta. Ipagpatuloy ang pagluluto, patuloy na pagpapakilos, hanggang sa muling matuyo ang kawali. Itabi ang init.

i) Ikalat ang steak sauce nang pantay-pantay sa ibabaw ng crust, na nag-iiwan ng 1/2-pulgadang hangganan sa gilid. Itaas ang ginutay-gutay na Cheddar, pinananatiling malinis ang hangganang iyon.

j) Kutsara at ikalat ang pinaghalong giniling na baka sa ibabaw ng keso. Pagkatapos ay i-slide ang pizza mula sa alisan ng balat patungo sa mainit na bato—o ilagay ang pie sa tray ng pizza o flour sheet nito alinman sa oven o sa ibabaw ng hindi pinainit na bahagi ng grill grate.

k) Maghurno o mag-ihaw na nakasara ang takip hanggang sa magsimulang bumula ang keso at ang crust ay kayumanggi sa gilid nito at medyo matigas sa pagpindot, 16 hanggang 18 minuto. Siguraduhing mag-pop ka ng anumang mga bula ng hangin na lumabas sa sariwang kuwarta, lalo na sa gilid at lalo na sa unang 10 minuto ng pagluluto.

l) I-slide ang balat pabalik sa ilalim ng crust, ingatan na huwag maalis ang topping, at pagkatapos ay itabi ng 5 minuto—o ilagay ang pizza sa tray ng pizza sa isang wire rack para sa parehong tagal ng oras bago hiwain at ihain. Dahil mabigat lalo ang mga toppings, baka hindi na pwede
madaling alisin ang pizza mula sa balat, tray, o baking sheet bago hiwain.

31. Meatball Pizza

MGA INGREDIENTS
- 1 lutong bahay na masa
- 8 ounces lean ground beef
- 1/4 tasa tinadtad na dahon ng perehil
- 2 kutsarang plain dried bread crumbs
- 1/2-ounce Asiago, Grana Padano, pinong gadgad
- 2 kutsaritang tinadtad na dahon ng oregano
- 1/2 kutsarita na buto ng haras
- 1/4 kutsarita ng asin
- 1/4 kutsarita na sariwang giniling na itim na paminta
- 5 sibuyas ng bawang, tinadtad
- 1 kutsarang langis ng oliba
- 1 maliit na dilaw na sibuyas, tinadtad
- 14-onsa na lata ng dinurog na kamatis
- 1 kutsarita na may tangkay na dahon ng thyme
- 1/4 kutsarita na gadgad o giniling na nutmeg
- 1/4 kutsarita na giniling na mga clove
- 1/4 kutsarita red pepper flakes
- 6 ounces 'mozzarella, ginutay-gutay
- 2 ounces Parmigiana, ahit sa manipis na piraso

MGA DIREKSYON
a) Sariwang kuwarta sa isang pizza stone. Alikabok ng harina ang balat ng pizza, ilagay ang kuwarta sa gitna nito, at gawing malaking bilog ang kuwarta sa pamamagitan ng pag-dimpling nito gamit ang iyong mga daliri. Kunin ito at hubugin ito sa pamamagitan ng paghawak sa gilid nito at paikutin ito, habang marahang iniunat ito, hanggang sa humigit-kumulang 14 na pulgada ang lapad. Itakda itong may harina sa gilid pababa sa balat.

b) Sariwang kuwarta sa isang tray ng pizza. Magpahid ng kaunting olive oil sa isang paper towel at lagyan ng grasa ang tray. Ilagay ang kuwarta sa gitna at i-dimple ang kuwarta gamit ang iyong mga daliri hanggang sa ito ay maging isang patag na bilog—pagkatapos ay hilahin at pindutin ito hanggang sa maging 14-inch na bilog sa tray o isang hindi regular na 12 × 7-inch na parihaba sa baking sheet.

c) Ilagay ito sa balat ng pizza na may harina kung gumagamit ng pizza stone—o ilagay ang baked crust sa isang greased pizza tray.

d) Paghaluin ang giniling na baka, perehil, mumo ng tinapay, ang gadgad na keso, oregano, mga buto ng haras, 1/2 kutsarita ng asin, 1/2 kutsarita ng paminta, at 1 tinadtad na sibuyas ng bawang sa isang malaking mangkok hanggang sa mahusay na pinagsama. Bumuo sa 10 bola-bola, gamit ang tungkol sa 2 kutsara ng pinaghalong para sa bawat isa.

e) Init ang langis ng oliba sa isang malaking kasirola sa katamtamang init. Idagdag ang sibuyas at ang natitirang 4 na tinadtad na mga clove ng bawang ay lutuin, madalas na pagpapakilos, hanggang sa lumambot, mga 3 minuto.

f) Haluin ang dinurog na kamatis, thyme, nutmeg, cloves, red pepper flakes, ang natitirang 1/4 kutsarita ng asin, at ang natitirang 1/4 kutsarita ng paminta. Idagdag ang meatballs at pakuluan.

g) Bawasan ang apoy sa mahina at kumulo, walang takip, hanggang sa lumapot ang sarsa at maluto ang mga bola-bola, mga 20 minuto. Palamig sa temperatura ng silid sa loob ng 20 minuto.

h) Ikalat ang ginutay-gutay na mozzarella sa ibabaw ng inihandang crust, na nag-iiwan ng 1/2-pulgadang hangganan sa gilid. Alisin ang mga bola-bola mula sa sarsa ng kamatis at itabi ang mga ito. Kutsara at ikalat ang tomato sauce sa ibabaw ng keso, mag-ingat upang panatilihing buo ang hangganan.

i) Gupitin ang bawat bola-bola sa kalahati at ilagay ang mga kalahating hiwa sa gilid sa buong pie. Itaas ang diced bell pepper at pagkatapos ay ang shaved Parmigiana. I-slip ang pizza mula sa balat patungo sa mainit na bato o ilagay ang pizza sa tray o baking sheet nito alinman sa oven o sa ibabaw ng hindi pa pinainit na bahagi ng grill grate.

j) Maghurno o mag-ihaw na nakasara ang takip hanggang sa bumubula ang sarsa at maging golden brown ang crust, 16 hanggang 18 minuto. I-slide ang alisan ng balat pabalik sa ilalim ng crust upang alisin ito mula sa
mainit na bato o ilipat ang pie sa tray sa isang wire rack. Palamigin ng 5 minuto bago hiwain.

32. Chicago Style Pizza

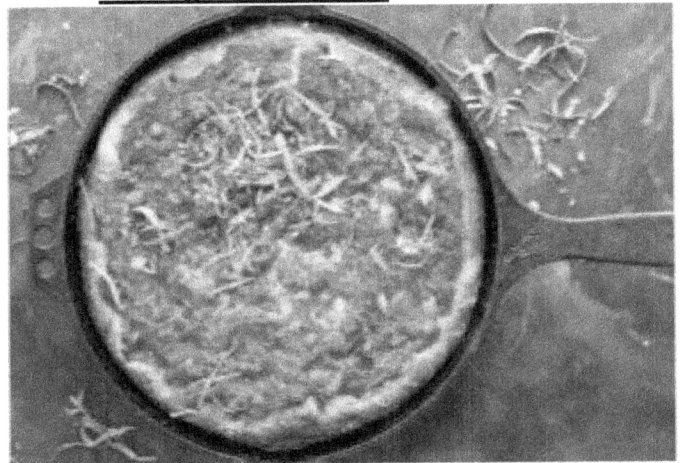

MGA INGREDIENTS
- 1 tasang pizza sauce
- 12 oz. Tinadtad na mozzarella cheese
- 1/2 lb. Ground beef, dinurog, niluto
- 1/4 lb. Italian Sausage, gumuho, niluto
- 1/4 lb. Pork Sausage, dinurog, niluto
- 1/2 tasa ng Pepperoni, diced
- 1/2 tasa Canadian bacon, diced
- 1/2 tasa Ham, diced
- 1/4 lb. Mushroom, hiniwa
- 1 maliit na sibuyas, hiniwa
- 1 Green bell pepper, may binhi, hiniwa
- 2 oz. Grated Parmesan cheese

MGA DIREKSYON

a) Para sa kuwarta, iwiwisik ang lebadura at asukal sa maligamgam na tubig sa maliit na mangkok, hayaang tumayo hanggang mabula, mga 5 minuto.

b) Paghaluin ang harina, cornmeal, langis at asin sa isang malaking mangkok, gumawa ng isang balon sa gitna at magdagdag ng lebadura na timpla. Gumalaw upang bumuo ng isang malambot na kuwarta, pagdaragdag ng higit pang harina kung kinakailangan. Lumiko sa isang floured board at masahin hanggang ang masa ay malambot at nababanat, 7 hanggang 10 minuto. Ilipat sa isang malaking mangkok, takpan at hayaang tumaas sa isang mainit na lugar hanggang sa dumoble ang kuwarta, mga 1 oras. Push down.

c) Pagulungin ang kuwarta sa isang 13-pulgadang bilog. Ilipat sa may langis na 12-inch na kawali ng pizza, tiklupin ang labis upang makagawa ng maliit na gilid. Ikalat na may sarsa ng pizza iwiwisik ang lahat maliban sa isang dakot ng mozzarella cheese. Budburan ng mga karne at gulay. Itaas ang natitirang mozzarella at Parmesan cheese. Hayaang bumangon sa isang mainit na lugar ng mga 25 minuto.

d) Painitin ang hurno sa 475 degrees. Maghurno ng pizza hanggang sa maging ginintuang ang crust, mga 25 minuto. Hayaang tumayo ng 5 minuto bago hiwain.

33. Dutch oven pizza

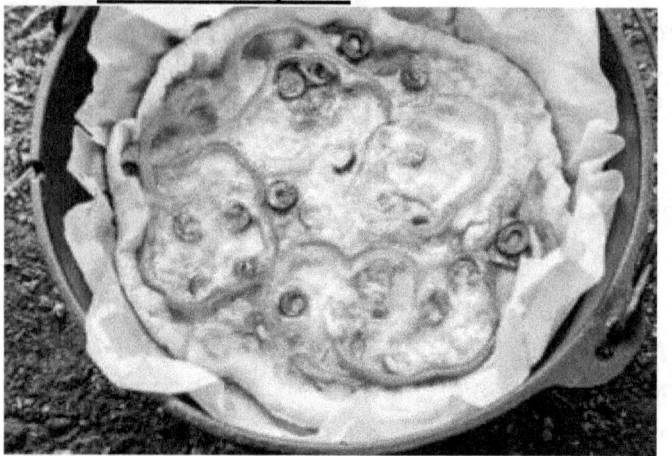

MGA INGREDIENTS
- 2 pkg. crescent roll
- 1 garapon ng pizza sauce
- 1 1/2 lb. giniling na karne ng baka
- 8oz ginutay-gutay na cheddar cheese
- 8oz na ginutay-gutay na mozzarella cheese
- 4oz pepperoni
- 2 kutsarita ng oregano
- 1 kutsaritang pulbos ng bawang
- 1 kutsarita ng sibuyas na pulbos

MGA DIREKSYON
a) Brown ground beef, alisan ng tubig. Line Dutch oven na may 1 pkg. crescent roll. Ikalat ang sarsa ng pizza sa masa.
b) Magdagdag ng giniling na karne ng baka, pepperoni, at iwiwisik ang oregano, pulbos ng bawang, at pulbos ng sibuyas sa itaas. Magdagdag ng mga keso at gumamit ng pangalawang pkg. crescent roll upang bumuo ng tuktok na crust.
c) Maghurno ng 30 minuto sa 350 degrees. Iba pa tulad ng tinadtad na berdeng paminta, tinadtad

34. Mexican Pizza

MGA INGREDIENTS

- 1/2 lb. giniling na karne ng baka
- 1/2 kutsarita ng asin
- 1/4 kutsarita pinatuyong tinadtad na sibuyas
- 1/4 kutsarita ng paprika
- 1-1/2 kutsarita ng sili na pulbos
- 2 kutsarang tubig
- 8 maliit (6-inch diameter) na tortilla ng harina
- 1 tasa Crisco shortening o cooking oil
- 1 (16 oz.) lata ng refried beans
- 1/3 tasa diced na kamatis
- 2/3 tasa ng mild picante salsa
- 1 tasang ginutay-gutay na cheddar cheese
- 1 tasang ginutay-gutay na Monterey Jack cheese
- 1/4 tasa tinadtad na berdeng sibuyas
- 1/4 tasa hiniwang itim na olibo

MGA DIREKSYON

a) Lutuin ang giniling na karne ng baka sa katamtamang init hanggang kayumanggi, pagkatapos ay alisan ng tubig ang labis na taba mula sa kawali. Magdagdag ng asin, sibuyas, paprika, chili powder at tubig, at pagkatapos ay hayaang kumulo ang timpla sa katamtamang init ng mga 10 minuto. Haluin nang madalas.

b) Mag-init ng mantika o Crisco shortening sa isang kawali sa medium-high heat. Kung ang langis ay nagsimulang umusok, ito ay masyadong mainit. Kapag mainit na ang mantika, iprito ang bawat tortilla nang humigit-kumulang 30-45 segundo bawat gilid at itabi sa mga tuwalya ng papel.

c) Kapag piniprito ang bawat tortilla, siguraduhing i-pop ang anumang mga bula na mabubuo upang ang tortilla ay matuyo sa mantika. Ang mga tortilla ay dapat maging ginintuang kayumanggi. Painitin ang refried beans sa isang maliit na kawali sa ibabaw ng kalan o sa microwave.

d) Painitin ang hurno sa 400F. Kapag ang karne at tortilla ay tapos na, isalansan ang bawat pizza sa pamamagitan ng unang pagkalat ng humigit-kumulang 1/3 tasa ng refried beans sa mukha ng isang tortilla. Susunod na ikalat ang 1/4 hanggang 1/3 tasa ng karne, pagkatapos ay isa pang tortilla.

e) Pahiran ang iyong mga pizza ng dalawang kutsara ng salsa sa bawat isa, pagkatapos ay hatiin ang mga kamatis at isalansan ang mga ito sa itaas. Susunod na hatiin ang keso, mga sibuyas at mga olibo, na isinalansan sa ganoong pagkakasunud-sunod.

f) Ilagay ang mga pizza sa iyong mainit na oven sa loob ng 8-12 minuto o hanggang matunaw ang keso sa ibabaw. Gumagawa ng 4 na pizza.

35. Pepperoni Pizza Chili

- 2 pounds ground beef
- 1 pound Hot Italian Sausage Links
- 1 malaking sibuyas, tinadtad
- 1 malaking berdeng paminta, tinadtad
- 4 na sibuyas ng bawang, tinadtad
- 1 garapon (16 onsa) salsa
- 1 lata (16 ounces) mainit na sili, hindi natuyo
- 1 lata (16 ounces) kidney beans, banlawan at pinatuyo
- 1 lata (12 onsa) na sarsa ng pizza
- 1 pakete (8 onsa) hiniwang pepperoni, hinati
- 1 tasang tubig
- 2 kutsarita ng sili na pulbos
- 1/2 kutsarita ng asin
- 1/2 kutsarita ng paminta
- 3 tasa (12 onsa) na ginutay-gutay na bahagi ng skim mozzarella cheese

MGA DIREKSYON

a) Sa Dutch oven, lutuin ang karne ng baka, sausage, sibuyas, berdeng paminta at bawang sa katamtamang init hanggang sa hindi na kulay rosas ang karne; alisan ng tubig.

b) Haluin ang salsa, beans, pizza sauce, pepperoni, tubig, chili powder, asin at paminta. Pakuluan. Bawasan ang init; takpan.

36. Mga Pizza Burger

- 1 lb. giniling na karne ng baka
- 1/4 c tinadtad na olibo
- 1 c cheddar cheese
- 1/2 t bawang pulbos
- 1 8 oz. pwede tomato sauce
- 1 sibuyas, diced

MGA DIREKSYON
a) Brown meat na may bawang at sibuyas.
b) Alisin mula sa init at ihalo sa tomato sauce at olive.
c) Ilagay sa hot dog buns na may keso.
d) I-wrap sa foil at maghurno ng 15 minuto sa 350 degrees.

37. Thursday Night Pizza

- 10 fluid oz. maligamgam na tubig
- 3/4 kutsarita ng asin
- 3 kutsarang langis ng gulay
- 4 C. all-purpose flour
- 2 kutsarita ng aktibong dry yeast
- 1 (6 oz.) lata ng tomato paste
- 3/4 tasa ng tubig
- 1 (1.25 oz.) pakete ng taco seasoning mix, hinati
- 1 kutsarita ng sili na pulbos
- 1/2 kutsarita ng cayenne pepper
- 1 (16 oz.) lata na walang taba na refried beans
- 1/3 tasa ng salsa
- 1/4 tasa tinadtad na sibuyas
- 1/2 lb. giniling na karne ng baka
- 4 C. ginutay-gutay na Cheddar cheese

MGA DIREKSYON

a) Sa makina ng tinapay, idagdag ang tubig, asin, langis, harina at lebadura sa pagkakasunud-sunod na inirerekomenda ng tagagawa.
b) Piliin ang cycle ng kuwarta.
c) Suriin ang kuwarta pagkatapos ng ilang minuto.
d) Kung ito ay masyadong tuyo at hindi mabagal na paghahalo, magdagdag ng tubig 1 Kutsara sa isang pagkakataon, hanggang sa ito ay humalo at magkaroon ng magandang pliable dough consistency.
e) Samantala, sa isang maliit na mangkok, paghaluin ang tomato paste, 3/4 ng pakete ng taco seasoning mix, cayenne pepper, chili powder at tubig.
f) Sa isa pang mangkok, paghaluin ang salsa, refried beans at sibuyas.
g) Mag-init ng isang malaking kawali at lutuin ang giniling na baka hanggang sa ganap na kayumanggi.
h) Alisan ng tubig ang labis na mantika mula sa kawali.

i) Idagdag ang natitirang 1/4 na pakete ng taco seasoning at isang maliit na halaga ng tubig at kumulo ng ilang minuto.
j) Alisin ang lahat mula sa init.
k) Itakda ang iyong oven sa 400 degrees F bago magpatuloy.
l) Matapos matapos ang ikot ng kuwarta, alisin ang kuwarta mula sa makina.
m) Hatiin ang kuwarta sa 2 bahagi at ilagay sa dalawang 12-pulgadang kawali.
n) Ikalat ang isang layer ng bean mixture sa bawat kuwarta, na sinusundan ng isang layer ng tomato paste mixture, beef mixture at cheddar cheese.
o) Lutuin ang lahat sa oven para sa mga 10-15 minuto, lumiko sa kalahati ng oras ng pagluluto.

38. Hamburger Pizza

8 hamburger buns, hatiin
1 lb. giniling na karne ng baka
- 1/3 tasa ng sibuyas, tinadtad
- 1 (15 oz.) lata na sarsa ng pizza
- 1/3 tasa ng gadgad na Parmesan cheese
- 2 1/4 kutsarita ng Italian seasoning
- 1 kutsaritang pulbos ng bawang
- 1/4 kutsarita ng sibuyas na pulbos
- 1/8 kutsarita na durog na red pepper flakes
- 1 kutsarita ng paprika
- 2 C. ginutay-gutay na mozzarella cheese

MGA DIREKSYON

a) Itakda ang oven sa broiler at ayusin ang oven rack mga 6 na pulgada mula sa heating element.
b) Sa isang baking sheet, ayusin ang mga bun halves, crust side down at lutuin ang lahat sa ilalim ng broiler nang mga 1 minuto.
c) Ngayon, itakda ang oven sa 350 degrees F.
d) Init ang isang malaking kawali sa katamtamang init at lutuin ang karne ng baka ng mga 10 minuto.
e) Alisan ng tubig ang labis na mantika mula sa kawali.
f) Ihalo ang sibuyas at iprito ang lahat ng halos 5 minuto.
g) Idagdag ang natitira maliban sa mozzarella cheese at pakuluan.
h) Kumulo, pagpapakilos paminsan-minsan sa loob ng 10-15 minuto.
i) Ayusin ang mga buns sa isang baking sheet at itaas ang mga ito sa pinaghalong beef at mozzarella cheese nang pantay-pantay.
j) Lutuin ang lahat sa oven para sa mga 10 minuto.

39.Backroad Pizza

1 (10.75 oz.) lata na condensed cream ng mushroom soup, undiluted
- 1 (12 pulgada) na paunang inihurnong manipis na pizza crust
- 1 (8 oz.) pakete na ginutay-gutay na Cheddar cheese

MGA DIREKSYON

a) Itakda ang iyong oven sa 425 degrees F bago gumawa ng anupaman.
b) Init ang isang malaking kawali sa katamtamang init at lutuin ang karne ng baka hanggang sa ganap na kayumanggi.
c) Alisan ng tubig ang labis na mantika mula sa kawali.
d) Ilagay ang cream ng mushroom soup sa ibabaw ng pizza crust nang pantay-pantay at itaas ang nilutong karne ng baka, na sinusundan ng keso.
e) Lutuin ang lahat sa oven para sa mga 15 minuto.

40. Mga Pambata na Pizza

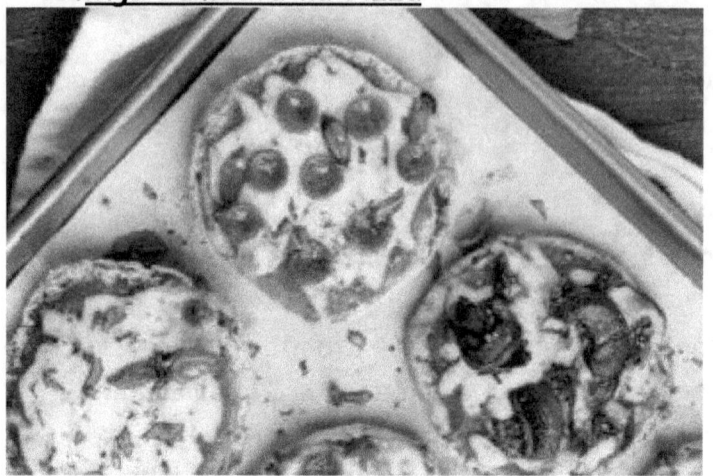

1 lb. sariwa, giniling na sausage ng baboy

1 sibuyas, tinadtad

- 10 oz. naprosesong American cheese, cubed
- 32 oz. tinapay ng cocktail rye

MGA DIREKSYON

a) Itakda ang iyong oven sa 350 degrees F bago gumawa ng anumang bagay.
b) Init ang isang malaking kawali at lutuin ang sausage at beef hanggang sa ganap na kayumanggi.
c) Idagdag ang sibuyas at lutuin hanggang lumambot at alisan ng tubig ang labis na mantika mula sa kawali.
d) Haluin ang processed cheese food at lutuin hanggang matunaw ang keso.
e) Sa isang cookie sheet, ilagay ang mga hiwa ng tinapay at itaas ang bawat hiwa ng isang kutsarang puno ng pinaghalong karne ng baka.
f) Lutuin ang lahat sa oven para sa mga 12-15 minuto.

41. Buttermilk Pizza

- 1/4 lb. hiniwang pepperoni sausage
- 1 (14 oz.) lata na sarsa ng pizza
- 2 (12 oz.) na pakete ng pinalamig na buttermilk biscuit dough
- 1/2 sibuyas, hiniwa at pinaghiwa-hiwalay sa mga singsing
- 1 (10 oz.) lata ng hiniwang itim na olibo
- 1 (4.5 oz.) lata ng hiniwang mushroom
- 1 1/2 tasa ginutay-gutay na mozzarella cheese ▢ 1 tasang ginutay-gutay na Cheddar cheese

MGA DIREKSYON

a) Itakda ang iyong oven sa 400 degrees F bago gumawa ng anupaman at lagyan ng grasa ang isang 13x9-inch na baking dish.
b) Init ang isang malaking kawali sa medium-high heat at lutuin ang karne ng baka hanggang sa ganap na kayumanggi.
c) Idagdag ang pepperoni at lutuin hanggang sa browned at alisan ng tubig ang labis na mantika mula sa kawali.
d) Paghaluin ang sarsa ng pizza at alisin ang lahat mula sa apoy.
e) Gupitin ang bawat biskwit sa apat na bahagi, at ayusin sa inihandang baking dish.
f) Ilagay ang pinaghalong karne ng baka sa ibabaw ng mga biskwit nang pantay-pantay at itaas ang mga ito ng sibuyas, olibo at mushroom.
g) Lutuin ang lahat sa oven para sa mga 20-25 minuto.

42. Worcestershire Pizza

- 1/2 lb. lean ground beef
- 1/2 tasang diced pepperoni
- 1 1/4 tasa ng sarsa ng pizza
- 1 tasang crumbled feta cheese
- 1/2 kutsarita ng Worcestershire sauce
- 1/2 kutsarita ng mainit na sarsa ng paminta
- asin at itim na paminta sa panlasa
- spray sa pagluluto
- 1 (10 oz.) lata na pinalamig na biscuit dough
- 1 pula ng itlog
- 1 tasang ginutay-gutay na mozzarella cheese

MGA DIREKSYON

a) Itakda ang iyong oven sa 375 degrees F bago gumawa ng anupaman at lagyan ng grasa ang isang cookie sheet.
b) Init ang isang malaking kawali sa medium-high heat at lutuin ang karne ng baka hanggang sa ganap na kayumanggi.
c) Alisan ng tubig ang labis na grasa mula sa kawali at bawasan ang init sa katamtaman.
d) Ihalo ang pizza sauce, pepperoni, feta, hot pepper sauce, Worcestershire sauce, asin at paminta at iprito ng halos 1 minuto.
e) Paghiwalayin ang mga biskwit at ayusin sa inihandang cookie sheet na humigit-kumulang 3 pulgada ang layo.
f) Sa ilalim ng isang baso, pindutin ang bawat biskwit upang bumuo ng 4 na pulgadang bilog na biskwit na may 1/2-pulgada na gilid sa paligid ng gilid sa labas.
g) Sa isang maliit na mangkok, idagdag ang pula ng itlog at 1/4 kutsarita ng tubig at talunin ng mabuti.
h) Ilagay ang humigit-kumulang 1/4 tasa ng pinaghalong beef sa bawat tasa ng biskwit at itaas ang mozzarella cheese.
i) Lutuin ang lahat sa oven para sa mga 15-20 minuto.

43. Pizza Rigatoni

MGA INGREDIENTS

- 1 1/2 lb. giniling na karne ng baka
- 1 (8 oz.) pakete rigatoni pasta
- 1 (16 oz.) pakete na ginutay-gutay na mozzarella cheese
- 1 (10.75 oz.) lata ng condensed cream ng tomato na sopas
- 2 (14 oz.) na garapon ng sarsa ng pizza
- 1 (8 oz.) pakete ng hiniwang pepperoni sausage

MGA DIREKSYON

a) Sa isang malaking kawali ng bahagyang inasnan na tubig na kumukulo, lutuin ang pasta ng mga 8-10 minuto.
b) Patuyuin ng mabuti at itabi.
c) Samantala, painitin ang isang malaking kawali sa medium-high heat at lutuin ang karne ng baka hanggang sa ganap na kayumanggi.
d) Alisan ng tubig ang labis na mantika mula sa kawali.
e) Sa isang mabagal na kusinilya ilagay ang karne ng baka, na sinusundan ng pasta, keso, sopas, sarsa at pepperoni sausage.
f) Itakda ang mabagal na kusinilya sa Low at lutuin, na natatakpan ng halos 4 na oras.

44. Mexican Style Pizza

MGA INGREDIENTS
- 1 lb. giniling na karne ng baka
- 1 sibuyas, tinadtad
- 2 medium na kamatis, tinadtad
- 1/2 kutsarita ng asin at 1/4 kutsarita ng paminta
- 2 kutsarita ng sili na pulbos at 1 kutsarang giniling na kumin
- 1 (30 oz.) lata ng refried beans
- 14 (12 pulgada) na harina na tortilla
- 2 C. kulay-gatas
- 1 1/4 lb. ginutay-gutay na keso ng Colby
- 1 1/2 lb. ginutay-gutay na Monterey Jack cheese
- 2 pulang kampanilya na paminta, pinagbinhian at hiniwa ng manipis
- 4 na berdeng kampanilya na paminta, pinagbinhian at hiniwa ng manipis
- 1 (7 oz.) lata na diced berdeng sili, pinatuyo at 3 kamatis, tinadtad
- 1 1/2 tasa hinimay na nilutong karne ng manok
- 1/4 tasa ng mantikilya, natunaw
- 1 (16 oz.) garapon na picante sauce

MGA DIREKSYON
a) Itakda ang iyong oven sa 350 degrees F bago gumawa ng anupaman at lagyan ng grasa ang isang 15x10-inch na jellyroll pan.
b) Init ang isang malaking kawali sa katamtamang init at lutuin ang karne ng baka hanggang sa ganap na kayumanggi.
c) Alisan ng tubig ang labis na mantika mula sa kawali.
d) Idagdag ang sibuyas at 2 kamatis at lutuin hanggang malambot.
e) Haluin ang refried beans, chili powder, cumin, asin at paminta at lutuin hanggang sa tuluyang uminit.

f) Ayusin ang 6 na tortilla sa inihandang kawali na ang mga gilid ay napupunta nang maayos sa mga gilid ng kawali.
g) Ikalat ang pinaghalong beans sa ibabaw ng tortillas nang pantay-pantay, na sinusundan ng kalahati ng sour cream, 1/3 ng Colby cheese, 1/3 ng Monterey Jack cheese, 1 Tablespoons ng green chilies, 1/3 ng green pepper strips, at 1/3 ng red pepper strips at 1/3 ng tinadtad na kamatis.
h) Maglagay ng 4 na tortilla sa ibabaw ng mga toppings, at itaas ang natitirang sour cream, na sinusundan ng ginutay-gutay na manok, 1/3 ng parehong keso, pula at berdeng kampanilya, sili, at kamatis.
i) Ngayon, maglagay ng 4 na tortilla, na sinusundan ng natitirang mga keso, paminta, kamatis, sili, at nagtatapos sa ilan sa ginutay-gutay na keso sa itaas.
j) Tiklupin ang nakasabit na mga gilid papasok, at i-secure gamit ang mga toothpick.
k) I-brush ang mga ibabaw ng tortilla gamit ang tinunaw na mantikilya.
l) Lutuin ang lahat sa oven para sa mga 35-45 minuto.
m) Alisin ang mga toothpick at itabi nang hindi bababa sa 5 minuto bago hiwain.
n) Ihain na may kasamang sarsa ng picante.

MGA MEATBALLS

45.Fifteen Minute Meatballs

Mga ani: 15 bola-bola
Oras ng Pagluluto: 15 minuto

MGA INGREDIENTS

- 1-pound ground beef
- 3/4 tasa ng tuyong mumo ng tinapay
- 1/2 tasa ng tubig
- 1/4 tasa coarsely tinadtad sariwang perehil
- 1 itlog
- 1-1/2 kutsarita ng pulbos ng bawang
- 1 kutsarita ng asin
- 1 kutsarita ng itim na paminta
- 1 garapon (28-onsa) spaghetti sauce ⬜ 1/3 tasa gadgad na Parmesan cheese
- 1 tasa (4 onsa) ginutay-gutay na mozzarella cheese (opsyonal)

MGA DIREKSYON

a) Sa isang malaking mangkok, pagsamahin ang giniling na karne ng baka, mga mumo ng tinapay, tubig, perehil, itlog, pulbos ng bawang, asin, at paminta; haluing mabuti.

b) Buuin ang timpla sa 15 bola-bola, at ilagay sa microwave-safe na 9- x 13-pulgadang baking dish.

c) Sa isang medium bowl, pagsamahin ang spaghetti sauce at Parmesan cheese; ibuhos ang mga bola-bola.

d) Takpan ng plastic wrap at microwave sa 70% power 12 minuto, o hanggang sa ganap na maluto ang mga bola-bola.

e) Alisin ang plastic wrap at budburan ng mozzarella cheese, kung ninanais. Microwave sa 70% power ng karagdagang 1 hanggang 1-1/2 minuto, o hanggang matunaw ang keso.

46. Mga bola-bola sa sarsa ng kamatis

Nagsisilbi: 4

MGA INGREDIENTS:
- 2 kutsarang langis ng oliba
- 8 oz. giniling na baka
- 1 tasa (2 oz.) sariwang puting breadcrumb
- 2 kutsarang gadgad na Manchego o Parmesan cheese
- 1 kutsarang tomato paste
- 3 cloves ng bawang, tinadtad ng pinong
- 2 scallions, tinadtad ng pinong
- 2 kutsaritang tinadtad na sariwang thyme
- 1/2 kutsarita ng turmerik
- Asin at paminta para lumasa
- 2 tasa (16 oz.) de-latang plum tomato, tinadtad
- 2 kutsarang red wine
- 2 kutsarita tinadtad na sariwang dahon ng basil
- 2 kutsarita tinadtad na sariwang rosemary

MGA DIREKSYON:

a) Pagsamahin ang karne ng baka, breadcrumbs, keso, tomato paste, bawang, scallion, itlog, thyme, turmeric, asin, at paminta sa isang mixing bowl.

b) Bumuo ng timpla sa 12 hanggang 15 firm na bola gamit ang iyong mga kamay.

c) Sa isang kawali, init ang langis ng oliba sa medium-high heat. Magluto ng ilang minuto, o hanggang ang mga bola-bola ay maging kayumanggi sa lahat ng panig.

d) Sa isang malaking mangkok ng paghahalo, pagsamahin ang mga kamatis, alak, basil, at rosemary. Magluto, paminsan-minsang pagpapakilos, para sa mga 20 minuto, o hanggang sa maluto ang mga bola-bola.

e) Sagana ang asin at paminta, pagkatapos ay ihain kasama ng blanched rapini, spaghetti, o tinapay.

47. Mga Meatballs Tuhog

GUMAGAWA: 6 na skewer
KABUUANG ORAS: 12 minuto

MGA INGREDIENTS
PARA SA MGA MEATBALLS:
- 1 lb. giniling na karne ng baka
- 1 itlog
- 1/4 tasa ng almond flour
- 1 kutsaritang tinadtad na luya
- 1/2 kutsarita ng sesame oil
- 1 1/2 kutsarang gluten-free na toyo
- 1/4 tasa scallions, tinadtad PARA SA SAUCE:
- 1 kutsarang gluten-free na toyo
- 2 kutsarang mantikilya, natunaw
- 1 kutsarita ng sesame oil ☐ 1/4 kutsarita ng bawang pulbos ☐ Para sa mga skewer:
- 1 maliit na zucchini, gupitin nang pahaba sa 1 pulgadang hiwa ☐ 1/2 maliit na pulang sibuyas, gupitin sa 1 pulgadang piraso.
- 6 katamtamang cremini mushroom, diced sa kalahati

MGA DIREKSYON
PARA SA MGA MEATBALLS:
a) Sa isang medium mixing bowl, pagsamahin ang lahat ng meatball Ingredients at haluing mabuti. Gumawa ng mga 18 meatballs mula sa pinaghalong.
b) Igisa ang mga bola-bola sa loob ng isa o dalawa sa bawat panig sa isang pinainit na nonstick na kawali hanggang sa matigas na tuhog.
c) Sa isang maliit na mangkok ng paghahalo, haluin ang lahat ng mga sangkap ng sarsa hanggang sa makinis.

PARA SA MGA SKEWERS:
d) Maglagay ng tatlong bola-bola, dalawang kalahating kabute, ilang bahagi ng sibuyas, at dalawang bahagi ng zucchini sa bawat isa sa anim na mahabang skewer.
e) I-brush ang lahat ng panig ng mga skewer nang maigi gamit ang sarsa.
f) Mag-ihaw ng humigit-kumulang 2 minuto bawat panig sa mataas na init, o hanggang sa maluto ang mga gulay at ganap na maluto ang mga bola-bola.

48. Nakabubusog na Spaghetti at Meatballs

MGA INGREDIENTS
- 1 sibuyas, tinadtad
- 2 sibuyas ng bawang, dinurog
- 2 kutsarang tinadtad na sariwang dahon ng perehil
- 1 tasang almond milk
- 2 lb. giniling na karne ng baka
- 2 malalaking itlog
- 1/2 tasa gadgad na Parmigiana cheese
- asin at itim na paminta
- 2 tasa ng lutong bahay na spaghetti sauce
- 1 lb. spaghetti

MGA DIREKSYON
a) Init ang 3 kutsarang mantika sa isang kawali sa katamtamang init. Idagdag ang sibuyas, bawang, at perehil at lutuin hanggang sa malambot ang mga gulay ngunit maaliwalas pa rin mga 10 minuto. Payagan ang paglamig.
b) Ibuhos ang sapat na gatas sa isang mangkok.
c) Magdagdag ng mga itlog, keso, asin, at paminta. Pagsamahin ang lahat ng mabuti.
d) Magdagdag ng giniling na karne ng baka at haluin upang pagsamahin. Mag-ingat na huwag mag-overwork ang mga meatballs - o sila ay magiging matigas.
e) Hatiin ang timpla sa 10 napakalaking bola-bola.
f) Init ang 3 kutsara ng mantika sa isang kawali at kayumanggi sa lahat ng panig. Magdagdag ng sauce at hayaang kumulo ng 30 minuto.

49. Cheesy Meatballs

servings: 3 (4 na bola-bola)

MGA INGREDIENTS:

- 1-onsa na balat ng baboy
- 1-pound grass-fed ground beef
- ½ kutsarita ng pink na sea salt
- 1 ½ onsa na ginutay-gutay na timpla ng Italian cheese
- 1 malaking pastulan na itlog
- ½ kutsarang mantika

MGA DIREKSYON:

a) Maghanda ng baking sheet sa pamamagitan ng paglalagay ng parchment paper. Painitin muna ang iyong oven sa 350° F.

b) Pagsamahin ang karne ng baka, balat ng baboy, asin, itlog, keso, at mantika sa isang mangkok. Gumawa ng 12 pantay na bahagi ng pinaghalong at bumuo ng mga bola. Ilagay ang mga bola sa isang baking sheet.

c) Maghurno ng mga bola-bola para sa mga 20-30 minuto. Iikot ang mga bola pagkatapos ng mga 10-12 minuto ng pagluluto. Kapag ang mga bola-bola ay naluto nang mabuti, ang panloob na temperatura sa gitna ng bola-bola ay dapat na 165° F.

d) Maaari mong lutuin ang mga bola-bola sa isang air fryer kung nagmamay-ari ka nito. Paikot-ikot ang mga bola ng ilang beses habang nagluluto sa air fryer.

e) Alisin ang mga bola-bola mula sa kawali at ihain.

50. Mga bola-bola at spaghetti sauce

1 tasang Meat Ball
¼ kutsarita ng Asin
¼ kutsarita ng giniling na itim na paminta
½ tasa Grated Parmesan cheese
- 1 librang Lean Ground Beef
- 1 kutsarang Olive Oil
- 2 sibuyas na tinadtad
- 4 dinurog na bawang o
- 2 tinadtad na bawang
- 14 ounces Can Tomato sauce
- ½ tasa ng pulang alak (opsyonal)
- 1 matamis na berdeng paminta
- 1 kutsarita ng tuyong dahon ng basil
- ½ kutsarita Leaf oregano

MGA DIREKSYON:
a) Bumuo ng karne sa 1 pulgadang bola-bola. Idagdag sa pagluluto ng spaghetti sauce.
b) Init ang mantika sa isang malaking kasirola na nakatakda sa katamtamang init. Magdagdag ng sibuyas at bawang. igisa ng 2 minuto. Magdagdag ng natitira
Mga sangkap. Takpan at pakuluan, madalas na pagpapakilos.
c) Pagkatapos, bawasan ang init at kumulo, madalas na pagpapakilos nang hindi bababa sa 15 minuto.

51. Mga bola-bola na may pansit sa yogurt

2 pounds Ground beef
Kurutin ang Cayenne pepper, Turmeric, Coriander, at cinnamon
Asin at Itim na paminta
2 siwang bawang
- 1 kutsarang langis ng gulay
- 1 Espanyol na sibuyas
- 6 hinog na kamatis na plum -- core,
- 4 na kamatis na pinatuyo sa araw ▯ Noodles

MGA DIREKSYON:

a) Sa isang mangkok, pagsamahin ang beef, cinnamon, coriander, turmeric, cayenne, asin, paminta, at kalahati ng bawang.

b) Gamit ang malinis na mga kamay, ihalo nang maigi, pagkatapos ay hubugin ang karne sa ¾-pulgadang bola-bola. Itabi ang mga ito.

c) Sa isang malaking kaserol, init ang mantika, idagdag ang sibuyas at idagdag ang mga bola-bola. Magluto, pinaikot ang mga ito nang madalas.

d) Idagdag ang plum tomatoes at natitirang bawang. Idagdag ang mga piniritong kamatis, asin, at paminta at lutuin ang timpla sa loob ng 5 minuto sa mahinang apoy, hinahalo nang isa o dalawang beses.

e) Para sa pansit: Pakuluan ang isang malaking kasirola ng tubig. Idagdag ang noodles at lutuin.

f) Ihalo ang yogurt, bawang, at asin. Ihagis nang lubusan at ilipat sa 6 na malalawak na mangkok.

52. Stracciatelle na may mga bola-bola

1-quart sabaw ng manok
2 tasang Tubig
½ tasang Pastina
1 kutsarita sariwang perehil, tinadtad
- ½ libra Lean ground beef
- 1 Itlog
- 2 kutsarita na may lasa na mumo ng tinapay
- 1 kutsarita Grated cheese
- 1 karot, hiniwa ng manipis
- ½ pounds Spinach, ang madahon lang
- Part julienned
- 2 kutsarita sariwang perehil, tinadtad
- 1 maliit na sibuyas, tinadtad
- 2 itlog
- Grated na keso

MGA DIREKSYON:
a) Sa isang soup pot, pagsamahin ang mga sangkap ng sopas at pakuluan. Paghaluin ang mga sangkap ng karne sa isang mangkok, maraming maliliit na bola-bola at ihulog sa kumukulong pinaghalong sabaw.
b) Sa isang maliit na mangkok, talunin ang 2 itlog. Gamit ang isang kahoy na kutsara, pukawin ang sopas habang dahan-dahan mong ibinabagsak ang mga itlog, patuloy na hinahalo. Alisan sa init. Takpan at hayaang tumayo ng 2 minuto.
c) Ihain na may gadgad na keso.

53. Meatball at ravioli na sopas

1 kutsarang Olive oil o salad oil
1 malaking sibuyas; pinong tinadtad
1 sibuyas na bawang; tinadtad
28 ounces Mga de-latang kamatis; tinadtad
- ¼ tasa tomato paste
- 13¾ onsa sabaw ng baka
- ½ tasa ng dry red wine
- Pinch Dried basil, thyme at Oregano
- 12 ounces Ravioli; puno ng keso
- ¼ tasa ng perehil; tinadtad
- Parmesan cheese; gadgad
- 1 Itlog
- ¼ tasa malambot na mumo ng tinapay
- ¾ kutsarita sibuyas na asin
- 1 sibuyas na bawang; tinadtad
- 1 pounds Lean ground beef

MGA DIREKSYON:
a) Brown meatballs maingat sa pinainit na mantika.
b) Paghaluin ang sibuyas at bawang at lutuin ng mga 5 minuto, mag-ingat na hindi masira ang mga bola-bola. Magdagdag ng mga kamatis at ang kanilang likido, tomato paste, sabaw, alak, tubig, asukal, basil, thyme, at oregano.
c) Magdagdag ng ravioli

54. Bulgarian meatball na sopas

Yield: 8 servings

MGA INGREDIENTS
- 1 libra Ground beef
- 6 na kutsarang Bigas
- 1 kutsarita ng Paprika
- 1 kutsarita Pinatuyong malasa
- Asin, paminta
- harina
- 6 tasang Tubig
- 2 beef bouillon cubes
- ½ bungkos ng berdeng sibuyas; hiniwa
- 1 berdeng paminta; tinadtad
- 2 karot; binalatan, hiniwang manipis
- 3 mga kamatis; binalatan at tinadtad
- 1 Sm. dilaw na sili, hatiin
- ½ bungkos ng perehil; tinadtad
- 1 Itlog
- 1 Lemon (Juice lang)

MGA DIREKSYON:
a) Pagsamahin ang karne ng baka, kanin, paprika at malasa. Timplahan ng asin at paminta ayon sa panlasa. Paghaluin nang bahagya ngunit lubusan. Bumuo sa 1-pulgadang bola.
b) Pagsamahin ang tubig, bouillon cubes, 1 kutsarang asin, 1 kutsarita ng paminta, berdeng sibuyas, berdeng paminta, karot at kamatis sa malaking takure.
c) Takpan, pakuluan, bawasan ang init at kumulo ng 30 minuto.

55. Mga bola ng karne at frankfurter

1 libra Ground Beef
1 Itlog, bahagyang pinalo
¼ tasa Bread Crumbs, tuyo
1 medium na sibuyas, gadgad
- 1 kutsarang Asin
- ¾ tasang Chili Sauce
- ¼ tasa ng Grape Jelly
- 2 kutsarang Lemon Juice
- 1 tasang Frankfurters

MGA DIREKSYON:

a) Pagsamahin ang karne ng baka, itlog, mumo, sibuyas at asin. Hugis sa maliliit na bola. Pagsamahin sa chili sauce, grape jelly, lemon juice at tubig sa isang malaking kawali.

b) init; magdagdag ng meat balls at kumulo hanggang maluto ang karne.

c) Bago ihain, magdagdag ng franks at init.

56. Mga bola-bola ng Manhattan

- 2 pounds Lean ground beef
- 2 tasang malambot na mumo ng tinapay
- ½ tasang tinadtad na sibuyas
- 2 itlog
- 2 kutsara Tinadtad na sariwang perehil
- 1 kutsarita ng Asin
- 2 kutsarang margarin
- 1 garapon; (10 oz.) Kraft Apricot Preserves
- ½ tasang Kraft Barbecue Sauce MGA DIREKSYON:

a) Paghaluin ang karne, mumo, sibuyas, itlog, perehil, at asin. Hugis sa 1-pulgadang bola-bola.

b) Painitin ang oven sa 350 degrees. Brown meatballs sa margarine sa isang malaking kawali sa katamtamang init; alisan ng tubig. Ilagay sa isang 13 x 9-inch na baking dish.

c) Paghaluin ang mga pinapanatili at barbecue sauce; ibuhos sa mga bola-bola. Maghurno ng 30 minuto., pagpapakilos paminsan-minsan.

57. Vietnamese meatballs

1½ pounds Lean Ground Beef
1 Garlic Clove, durog
1 Puti ng Itlog
1 kutsarang Sherry
- 2 kutsarang Soy Sauce ⬚ ½ kutsarita Liquid Smoke
- 2 kutsarang Fish Sauce
- 1 kurot ng Asukal
- 1 Asin at Puting Paminta
- 2 kutsarang Corn Starch
- 1 kutsarang Sesame Oil MGA DIREKSYON:

a) Haluin ang pinaghalong may mixer o food processor hanggang sa napakakinis.
b) Maghulma ng maliliit na bola-bola sa skewer (mga anim na bola-bola bawat skewer).
c) Iprito sa pagiging perpekto.

58. Mga pampagana ng Swedish meat ball

- 2 kutsarang mantika sa pagluluto
- 1 libra Ground beef
- 1 Itlog
- 1 tasang malambot na mumo ng tinapay
- 1 kutsarita Brown sugar
- $\frac{1}{2}$ kutsarita ng Asin
- $\frac{1}{4}$ kutsarita ng Paminta
- $\frac{1}{4}$ kutsarita ng Luya
- $\frac{1}{4}$ kutsarita Mga giniling na clove
- $\frac{1}{4}$ kutsarita ng Nutmeg
- $\frac{1}{4}$ kutsarita ng kanela
- $\frac{2}{3}$ tasa ng Gatas
- 1 tasa ng kulay-gatas
- $\frac{1}{2}$ kutsarita ng Asin MGA DIREKSYON:

a) Mag-init ng mantika sa fry pan. Paghaluin ang lahat ng natitira
   Mga sangkap, maliban sa kulay-gatas at $\frac{1}{2}$ kutsarita ng asin.

b) Bumuo sa mga meat ball na laki ng pampagana (mga 1" ang lapad). Kayumanggi sa mantika sa lahat ng panig hanggang sa ganap na maluto.

c) Alisin mula sa kawali, at alisan ng tubig sa mga tuwalya ng papel. Ibuhos ang labis na mantika at bahagyang palamig ang kawali. Magdagdag ng maliit na halaga ng kulay-gatas upang matalo ang brownings at pukawin. Pagkatapos ay idagdag ang natitirang kulay-gatas at $\frac{1}{2}$ kutsarita ng asin, pagpapakilos upang maghalo.

59. Afghan kofta

- 1 sibuyas na pinong tinadtad
- 1 berdeng paminta na pinong tinadtad
- 1 lb. Ground beef
- 1 kutsarita Clove bawang pinong tinadtad
- ½ kutsarita Ground coriander seed
- Asin at paminta para lumasa

MGA DIREKSYON:

a) Pagsamahin ang karne ng baka, sibuyas, paminta, bawang at asin at paminta.
b) Hayaang tumayo ng 30 minuto upang timpla ang mga lasa. Bumuo sa 16 na oval na bola.
c) String 4 sa mga skewer na nagpapalit-palit ng isang onion quarter, green pepper quarter at cherry tomato sa bawat skewer. Mag-ihaw ng humigit-kumulang 5 minuto hanggang mag-brown, paikutin at ihaw sa kabilang panig.

60. Mga bola ng karne ng Scottish

1 pounds Lean ground beef
1 Itlog, bahagyang pinalo
3 kutsarang harina
¼ kutsarita Bagong giniling na itim na paminta
- 3 kutsarang tinadtad na sibuyas
- 3 tablespoons Langis ng gulay
- ⅓ tasa ng sabaw ng manok
- 1 8-onsa lata na durog na pinya, pinatuyo
- 1½ kutsarang Cornstarch
- 3 kutsarang toyo
- 3 kutsarang Plain red wine vinegar
- 2 kutsarang Tubig
- ¼ tasa ng Scotch whisky
- ⅓ tasa ng sabaw ng manok ● ½ tasang diced green pepper

MGA DIREKSYON:

a) Pagsamahin ang unang anim na sangkap. Dahan-dahang hubugin ang mga bola na humigit-kumulang 1 pulgada ang lapad.
b) I-brown ang buong mantika sa 10-inch na kawali.
c) Samantala, gawin ang sumusunod na Scottish Sauce.
d) Magdagdag ng meatballs at berdeng paminta. Malumanay na lutuin mga 10 minuto pa. Ihain kasama ng kanin.

61. Hawaiian meatballs

- 2 pounds Ground beef
- ⅔ tasa ng Graham cracker crumbs
- ⅓ tasa tinadtad na sibuyas
- ¼ kutsarita ng Luya
- 1 kutsarita ng Asin
- 1 Itlog
- ¼ tasa ng Gatas
- 2 kutsarang Cornstarch
- ½ tasa ng brown sugar
- ⅓ tasa ng Suka
- 1 kutsarang toyo
- ⅓ tasa tinadtad na berdeng paminta ● 13½ onsa Latang dinurog na pinya

MGA DIREKSYON:

a) Paghaluin ang giniling na baka, mga mumo ng cracker, sibuyas, luya, asin, itlog, at gatas at gawing 1 pulgadang bola. Brown at ilagay sa isang baking dish.

b) Paghaluin ang cornstarch, brown sugar, suka, toyo, at berdeng paminta. Lutuin sa katamtamang init hanggang lumapot. Lagyan ng durog na pinya plus juice.

c) Init at ibuhos sa mga bola-bola. Painitin nang maigi at ihain.

62. Mga bola ng karne ng Russia

1 libra Ground beef
1 pounds Ground veal
½ tasang tinadtad na sibuyas
¼ tasa Na-render na taba sa bato
- 2 hiwa Hatiin, ibinabad sa gatas, pinisil tuyo
- 2 kutsarita ng Asin
- Giniling na paminta
- Mga pinong mumo ng tinapay
- Mantikilya o taba ng baka
- 2 tasang kulay-gatas
- ½ libra Hiniwang mushroom, ginisa DIREKSYON:

a) Magluto ng sibuyas sa ginawang kidney fat hanggang malanta. Paghaluin ang karne ng baka, veal, sibuyas, tinapay, asin at maliit na paminta. Masahin ng mabuti at palamigin.

b) Basain ang mga kamay at gawing mga bola na kasing laki ng gintong bola. Igulong ang mga mumo at iprito sa mantikilya o taba ng baka hanggang kayumanggi ang lahat. Alisin at panatilihing mainit-init.

c) Magdagdag ng kulay-gatas at mushroom sa kawali. Init. Ibuhos ang sarsa sa karne.

63. Mga bola-bola ng Mediterranean

1 pounds Ground beef, gumuho
3 kutsarang walang patid na tuyong mumo ng tinapay
1 malaking Itlog
1 kutsarita ng pinatuyong parsley flakes
- 2 kutsarang Margarin
- $\frac{1}{4}$ kutsarita Bawang pulbos
- $\frac{1}{2}$ kutsarita ng pinatuyong dahon ng mint, dinurog
- $\frac{1}{4}$ kutsarita ng pinatuyong dahon ng rosemary, dinurog
- $\frac{1}{4}$ kutsarita ng Paminta
- 1 kutsarita ng pinatuyong parsley flakes

MGA DIREKSYON:

a) Pagsamahin ang lahat ng meatball Ingredients sa isang medium bowl. Hugis ang timpla sa 12 bola-bola.
b) Ilagay ang margarine, garlic powder at parley sa isang 1-cup.
c) Microwave sa High para sa 45 segundo hanggang 1 minuto, o hanggang sa matunaw ang mantikilya.
d) Isawsaw ang mga bola-bola sa margarine mixture upang takpan at ilagay sa isang litson.
e) Microwave sa High sa loob ng 15 hanggang 18 minuto, o hanggang ang mga bola-bola ay matigas at hindi na kulay rosas sa gitna, umiikot na rack at muling ayusin ang mga bola-bola nang dalawang beses sa oras ng pagluluto. Kung nais, ihain kasama ng mainit na lutong kanin o couscous.

64. Mga bola ng karne ng Greek

- 1½ pounds Ground round steak
- 2 itlog; pinalo ng mahina
- ½ tasa ng mga mumo ng tinapay; fine, malambot
- 2 medium na sibuyas; pinong tinadtad
- 2 kutsarang perehil; sariwa, tinadtad
- 1 kutsarang Mint; sariwa, tinadtad
- ¼ kutsarita ng kanela
- ¼ kutsarita ng Allspice
- Asin at sariwang paminta sa lupa
- Pagpapaikli para sa pagprito

MGA DIREKSYON:

a) Pagsamahin ang lahat ng Sangkap maliban sa shortening at ihalo nang maigi.

b) Palamigin ng ilang oras. Hugis sa maliliit na bola at iprito sa tinunaw na shortening. Ihain nang mainit.

65. Madaling sweedish meat balls

2 pounds Ground beef
1 sibuyas, gadgad ½
tasa Bread crumbs
dash Salt, pepper
- 1 kutsarita ng Worcestershire sauce
- 2 Itlog, pinalo
- 4 na kutsarang Mantikilya
- 2 tasang Stock o consomme
- 4 na kutsarang harina
- ¼ tasa Sherry

MGA DIREKSYON:
a) Paghaluin ang unang anim na sangkap, hugis ng maliliit na bola. Kayumanggi sa mantikilya.
b) Magdagdag ng stock, takpan ang kawali at kumulo sa loob ng 15 minuto. Alisin ang mga bola ng karne, panatilihing mainit-init.
c) Palamutin ang gravy na may harina na hinaluan ng kaunting malamig na tubig. Magluto ng 5 minuto, magdagdag ng sherry. Painitin muli ang mga bola ng karne sa gravy.

66. Ghana meatball nilagang

2 pounds Ground Beef
1 kutsarita ng Lemon Juice
1 malaking Itlog; Bahagyang Nabugbog
1 tasa sibuyas; Pinong tinadtad
- 1 kutsarita Asin, 1 kutsarita ng Black Pepper
- 1 dash Garlic Powder
- 1 kutsarita ng Ground Nutmeg
- 1½ kutsarang All-purpose Flour
- ½ tasa ng Cooking Oil
- 1 katamtamang sibuyas; hiniwa
- 1 tasang Tomato Sauce
- 1 katamtamang kamatis; Binalatan at Hiniwa
- 1 berdeng paminta; Hiniwang DIREKSYON:

a) Sa isang malaking mixing bowl, pagsamahin ang ground beef na may tenderizer, lemon juice, itlog, sibuyas, asin, pagpipilian ng paminta, bawang, at nutmeg.

b) Bumuo ng humigit-kumulang isang dosenang kutsarang laki ng bola ng napapanahong karne ng baka.

c) Samantala, painitin ang mantika sa isang malaking kawali sa katamtamang init. Palamutin ang lahat ng panig ng mga bola-bola nang pantay-pantay habang gumagamit ng metal na kutsara para sa pag-ikot.

d) Upang maghanda ng gravy, ibalik ang natitirang mantika sa isang malaki, malinis na kawali at kayumanggi ang lahat ng natitirang harina. Magdagdag ng mga sibuyas, tomato sauce, hiniwang kamatis, at berdeng paminta.

e) Magdagdag ng reserved browned meat balls, takpan at bawasan ang init hanggang kumulo.

67. Cantonese meat balls

1 libra Ground beef
¼ tasa tinadtad na sibuyas
1 kutsarita ng Asin
1 kutsarita ng Paminta
- ½ tasang Gatas
- ¼ tasa ng Asukal
- 1½ kutsarang Cornstarch
- 1 tasang pineapple juice
- ¼ tasa ng Suka
- 1 kutsarita ng toyo
- 1 kutsarang Mantikilya
- 1 tasang hiniwang kintsay
- ½ tasa hiniwang paminta
- ½ tasa hiniwang almendras, ginisa DIREKSYON:

a) Bumuo ng 20 maliliit na bola-bola ng pinagsamang karne ng baka, sibuyas, asin, paminta, at gatas.
b) Pagsamahin ang asukal at gawgaw; ihalo sa mga likido at magdagdag ng mantikilya.
c) Magluto sa mahinang apoy hanggang sa malinaw, patuloy na pagpapakilos.
d) Magdagdag ng mga gulay at init ng malumanay ng 5 minuto.
e) Ilagay ang mga bola-bola sa isang higaan ng nilutong bigas, itaas ang sarsa at budburan ng mga almendras.

68. Festive cocktail meatballs

- 1½ pounds Ground beef
- 1 tasang MINUTE Bigas
- 1 lata (8oz) dinurog na pinya sa juice
- ½ tasang Carrot [pino-putol na ginutay-gutay]
- ½ tasang sibuyas [tinadtad]
- 1 Itlog [pinalo]
- 1 kutsarita Ginger [giling]
- 8 ounces French dressing
- 2 kutsarang toyo

MGA DIREKSYON:
a) Paghaluin ang lahat ng Sangkap maliban sa huling 2, sa isang mangkok, pagkatapos ay bumuo ng 1" meatballs.
b) Ilagay sa isang greased baking sheet at maghurno sa pre-heated oven.
c) Paghaluin ang toyo at ang dressing.
d) Ihain ang mga bola-bola na mainit-init kasama ng sarsa.

69. Mga bola-bola ng cranberry cocktail

- 2 pounds Chuck, giniling
- 2 itlog
- ⅓ tasa ng Catsup
- 2 kutsarang toyo
- ¼ kutsarita ng Paminta
- 12 ounces Chili sauce
- 1 kutsarang Lemon juice
- 1 tasang corn flakes, mumo
- ⅓ tasa ng perehil, sariwa, tinadtad
- 2 kutsarang sibuyas, berde at tinadtad
- 1 bawat sibuyas ng bawang, pinindot
- 16 ounces Cranberry sauce
- 1 kutsarang brown sugar

MGA DIREKSYON:

a) Pagsamahin ang unang 9 na sangkap sa isang malaking mangkok; haluin mabuti. Hugis ang pinaghalong karne sa 1-pulgadang bola.

b) Ilagay sa isang ungreased 15x10x1 jellyroll pan. Maghurno nang walang takip sa 500F sa loob ng 8 - 10 minuto.

c) Alisan ng tubig ang mga bola-bola at ilipat sa isang chafing dish, at panatilihing mainit-init.

d) Pagsamahin ang cranberry sauce sa natitirang Sangkap sa isang sauce pan. Magluto sa katamtamang apoy hanggang sa bubbly, pagpapakilos paminsan-minsan; ibuhos sa mga bola-bola. Ihain nang mainit.

70. Mga Bola-bola ng Alak

- 1½ pounds Chuck, giniling
- ¼ tasa Breadcrumbs, tinimplahan
- 1 katamtamang sibuyas; tinadtad
- 2 kutsarita ng malunggay, inihanda
- 2 sibuyas ng bawang; durog
- ¾ tasa ng tomato juice
- 2 kutsarita ng Asin
- ¼ kutsarita ng Paminta
- 2 kutsarang Margarin
- 1 katamtamang sibuyas; tinadtad
- 2 kutsarang Flour, all-purpose
- 1½ tasa ng sabaw ng baka
- ½ tasa ng alak, tuyo na pula
- 2 kutsarang Asukal, kayumanggi
- 2 kutsarang Catsup
- 1 kutsarang Lemon juice
- 3 Gingersnaps; gumuho

MGA DIREKSYON:

a) Pagsamahin ang unang 8 sangkap, paghahalo ng mabuti. Hugis sa 1" na bola; ilagay sa isang 13x9x2" na baking dish. Maghurno sa 450 degrees sa loob ng 20 minuto. Alisin mula sa oven, at alisan ng tubig ang labis na taba.

b) Init ang margarin sa isang malaking kawali; igisa ang sibuyas hanggang lumambot.
Haluin sa harina; unti-unting magdagdag ng sabaw ng baka, patuloy na pagpapakilos. Magdagdag ng mga natitirang sangkap.

c) Magluto sa mababang init ng 15 minuto; magdagdag ng mga bola-bola, at kumulo ng 5 minuto.

71. Chuletas

- 2 pounds Ground beef
- 2 mga tasa ng parsley sprigs; Tinadtad
- 3 Dilaw na sibuyas; Tinadtad
- 2 itlog; bahagyang pinalo
- 1 kutsarang Asin
- ½ tasa ng Parmesan cheese; Bagong gadgad
- ½ kutsarita ng sarsa ng Tabasco
- 1 kutsarita Black pepper
- 3 tasang Dry bread crumbs ◻ Olive oil

MGA DIREKSYON:

a) Paghaluin ang lahat ng Sangkap maliban sa mumo. Bumuo sa maliliit na bola na may sukat na cocktail.

b) Pagulungin ang mga bola sa mga mumo ng tinapay. Chill na rin. Igisa sa olive oil tatlo hanggang apat na minuto. Ilipat sa isang chafing dish. Ihain kasama ng paborito mong salsa bilang sawsawan. Gumagawa ng humigit-kumulang 15 bawat libra ng giniling na baka.

72. Chafing dish party meatballs

- 1 libra Ground beef
- ½ tasa pinong tuyong breadcrumb
- ⅓ tasa ng sibuyas; tinadtad
- ¼ tasa ng Gatas
- 1 Itlog; binugbog
- 1 kutsarang sariwang perehil; tinadtad
- 1 kutsarita ng Asin
- ½ kutsarita Itim na paminta
- 1 kutsarang Worcestershire sauce
- ¼ cup vegetable shortening
- 1 12oz na bote ng chili sauce
- 1 10oz garapon ng grape jelly

MGA DIREKSYON:

a) Hugis sa 1" na meatballs. Ihalo sa isang electric skillet sa mainit na shortening sa katamtamang init sa loob ng 10-15 minuto o hanggang mag-brown. Patuyuin sa mga tuwalya ng papel.

b) Pagsamahin ang chili sauce at grape jelly sa isang medium saucepan (o parehong electric skillet); haluin mabuti. Magdagdag ng mga bola-bola at kumulo sa mababang para sa 30 minuto, pagpapakilos paminsan-minsan.

c) Ihain gamit ang mga toothpick mula sa chafing dish upang manatiling mainit

73. Mainit na meatball sandwich

26 ounces spaghetti sauce; hinati
½ tasa ng sariwang mumo ng tinapay
1 maliit na sibuyas; pinong tinadtad
¼ tasa Grated Parmesan o Romano cheese
- 1 Itlog
- 1 kutsarita ng pinatuyong parsley flakes
- 1 kutsarita Bawang pulbos
- 1 pounds Ground beef ⬜ 4 Italian sandwich roll

MGA DIREKSYON:

a) Pagsamahin ang lahat.

74. Meatball-talong subs

1 librang Lean Ground Beef
14 ounces Basil Seasoned Spaghetti Sauce; 1 Jar
1 medium na talong
$4\frac{1}{2}$ kutsarang Langis ng Oliba; Nahati
- 1 katamtamang Pulang Sibuyas
- $\frac{1}{4}$ pounds Mushroom
- 4 Baguettes; 6-8 pulgada ang haba ▯ 4 onsa Provolone Cheese; 4 na hiwa

MGA DIREKSYON:

a) Hiwain ang talong sa $\frac{1}{2}$ hanggang $\frac{3}{4}$ pulgadang mga steak at ilagay sa isang plato, budburan ng asin at hayaang maubos ng 30 minuto.

b) Buuin ang giniling na karne ng baka sa labindalawang $1\frac{1}{2}$-inch diameter na bola-bola. Iluto ang mga ito sa isang kaldero, sa mahinang apoy, paikutin ang mga ito nang madalas upang maging kayumanggi nang pantay-pantay at pigilan ang mga ito na dumikit.
ilagay ang spaghetti sauce. Iwanan ang simmering upang matiyak na ang mga bola-bola ay tapos na.

c) Init ang 3 Tb ng olive oil at dahan-dahang igisa ang talong sa katamtamang init.

d) Budburan ng asin at paminta ayon sa panlasa.

e) Magluto ng 4 na minuto at pagkatapos ay idagdag ang mga mushroom.

f) Hiwain ang mga baguette nang pahaba at Layer ang ilalim na mga piraso ng tinapay na may manipis na layer ng mga talong steak at pagkatapos ay takpan ng 3 bola-bola.

g) Kutsara sa isang masaganang halaga ng mga dagdag na sarsa ng spaghetti at ipamahagi nang husto ang mga sibuyas at mushroom sa mga bola-bola.

75. Mga sandwich na bayani ng meatball

Non-stick vegetable oil spray
1½ pounds Lean ground beef
½ tasa Grated Parmesan cheese
2 itlog
- ¼ tasa tinadtad na sariwang perehil
- ¼ tasa dinurog na cornflakes
- 3 sibuyas ng bawang; tinadtad
- 2½ kutsarita ng pinatuyong oregano
- ½ kutsarita ng giniling na puting paminta
- ½ kutsarita ng Asin
- 3 tasa Binili ng marinara sauce
- 6 Mahabang Italian o French roll; hating pahaba, inihaw
- 6 MGA DIREKSYON sa Paghahatid:

a) Isang klasikong sandwich na garantisadong mabusog, nagsisilbi man bilang tanghalian sa katapusan ng linggo o isang madaling hapunan sa gabi.

b) Pagsamahin ang giniling na karne ng baka, gadgad na Parmesan cheese, mga itlog, tinadtad na sariwang perehil, mga durog na cornflake, tinadtad na bawang, pinatuyong oregano, giniling na puting paminta at asin sa malaking mangkok at ihalo nang lubusan.

c) Gamit ang basang mga kamay, hubugin ang pinaghalong karne sa 1½-pulgadang bilog at ilagay sa inihandang sheet, pantay-pantay ang pagitan.

d) Maghurno ng mga bola-bola hanggang sa matigas na hawakan.

76. Meatball-talong subs

- 1 librang Lean Ground Beef
- 14 ounces Basil Seasoned Spaghetti Sauce; 1 Jar
- 1 medium na talong
- 4½ kutsarang Langis ng Oliba; Nahati
- 1 katamtamang Pulang Sibuyas
- ¼ pounds Mushroom
- 4 French Bread Sandwich Rolls
- 4 ounces Provolone Cheese; 4 na hiwa

MGA DIREKSYON:

a) Hiwain ang talong sa ½ hanggang ¾ pulgadang mga steak at ilagay sa isang plato, budburan ng asin at hayaang maubos ng 30 minuto.

b) Buuin ang giniling na karne ng baka sa labindalawang 1½-inch diameter na bola-bola. Iluto ang mga ito sa isang kaldero, sa mahinang apoy, paikutin ang mga ito nang madalas upang maging kayumanggi nang pantay-pantay at pigilan ang mga ito na dumikit.

c) Hiwain ang sibuyas sa manipis na singsing at gupitin ang mga kabute sa hindi regular na tipak at itabi ang mga ito.

d) Banlawan nang lubusan ang mga talong steak at pagkatapos ay patuyuin ang mga ito. Init ang 3 Tb ng langis ng oliba at dahan-dahang igisa ang talong sa katamtamang init,

e) Budburan ng asin at paminta ayon sa panlasa. Alisin mula sa apoy at hayaang matuyo.

f) Magluto ng 4 na minuto at pagkatapos ay idagdag ang mga mushroom.

g) Hiwain ang mga baguette nang pahaba at paghiwalayin ang mga tuktok mula sa ibaba. I-layer ang ilalim na mga piraso ng tinapay na may manipis na layer ng mga talong steak at pagkatapos ay takpan ng 3 bola-bola.

77. Mexican tortilla meatball na sopas

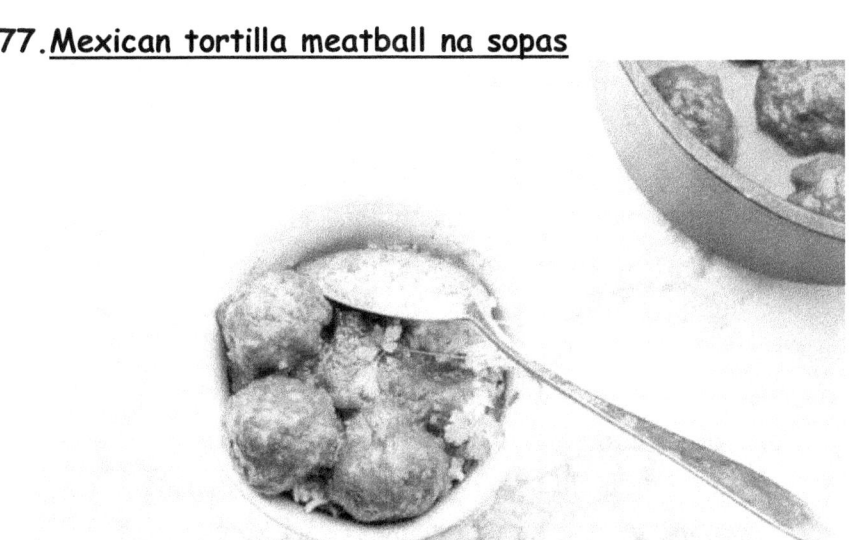

1½ pounds Lean ground beef Mga gulay

MGA DIREKSYON:
a) Pagsamahin ang giniling na karne ng baka na may cilantro, bawang, katas ng dayap, kumin, mainit na sarsa at asin at paminta. Bumuo sa 1 onsa na mga bola.
b) Magluto hanggang kayumanggi sa lahat ng panig, mga 5 minuto.
c) Sopas: Sa isang malaking sopas pot, init 2 kutsarang vegetable oil. Magdagdag ng sibuyas at bawang.
d) Magdagdag ng mga sili at magluto ng 2 minuto. Magdagdag ng mga kamatis at ang kanilang juice, stock ng manok, chili powder, cumin, at mainit na sarsa. Pakuluan ng 15 hanggang 20 minuto.
e) Sa isang maliit na mangkok, pagsamahin ang harina at stock ng manok. Ihalo sa sopas. Ibalik sa pigsa. Bawasan ang init at kumulo ng 5 minuto. Magdagdag ng mga meat ball at kumulo ng karagdagang 5 minuto.

RAMEN AT PASTA

78. Hayashi Ground Beef Curry

Laki ng Paghahatid: 2
MGA INGREDIENTS:
- Sibuyas, isa
- Mga karot, kalahating tasa
- Ground beef, kalahating kilo
- Canola oil, isang Tablespoons
- Ketchup, dalawang Kutsara
- Asin at paminta para lumasa
- Corn starch, isang kutsarita
- Sabaw ng baka, isang tasa
- Sake, isang Kutsara
- Pinakuluang itlog, isa

MGA DIREKSYON:
a) Pakuluan ang itlog at hiwain ng maliliit o mash gamit ang tinidor. Timplahan ng mabuti ang asin at paminta.
b) Mag-init ng mantika at magdagdag ng mga sibuyas at karot.
c) Budburan ang corn starch sa ibabaw ng ground beef at idagdag sa mga gulay. Magdagdag ng isang quarter cup beef broth at basagin ang giniling na beef habang hinahalo.
d) Magdagdag ng sabaw ng baka, ketchup, sake, at sarsa ng Worcestershire.
e) Haluing mabuti at lutuin ng sampung minuto o hanggang sumingaw na ang lahat ng likido. Timplahan ng asin at paminta.
f) Magprito ng mga sibuyas sa isang hiwalay na kawali hanggang sa malutong.

79. Ramen Noodle Skillet na may Steak

Laki ng Paghahatid: 2

MGA INGREDIENTS:
- Sibuyas, isa
- Mga karot, kalahating tasa
- Ground beef, kalahating kilo
- Canola oil, isang Tablespoons
- Ketchup, dalawang Kutsara
- Asin at paminta para lumasa
- Corn starch, isang kutsarita
- Sabaw ng baka, isang tasa
- Sake, isang Kutsara
- Pinakuluang itlog, isa
- Worcestershire sauce, isang Tablespoons

MGA DIREKSYON:

a) Sa isang malaking kawali sa medium-high heat, init ng mantika.
b) Magdagdag ng steak at sear hanggang sa gusto mong makumpleto, mga limang minuto bawat gilid para sa medium, pagkatapos ay ilipat sa isang cutting board at hayaan itong magpahinga ng limang minuto, at pagkatapos ay hatiin ito.
c) Sa isang maliit na mangkok, haluin ang toyo, bawang, katas ng kalamansi, pulot, at cayenne hanggang sa pinagsama at itabi.
d) Magdagdag ng sibuyas, paminta, at broccoli sa kawali at lutuin hanggang malambot, pagkatapos ay idagdag ang pinaghalong toyo at haluin hanggang sa ganap na mabalot.
e) Magdagdag ng nilutong ramen noodles at steak at ihalo hanggang sa pagsamahin.

80. Japanese curried balls

MGA INGREDIENTS
- kuwarta
- 1 tasa. Panko
- 2 kutsarang langis ng gulay
- Pagpuno ng kari
- 100 g ng karne ng baka, tinadtad
- 1 katamtamang sibuyas, tinadtad
- 2 patatas, niluto at minasa
- 2 kutsarang pulbos ng bawang
- 1 karot. Pinong diced
- 1 kutsarang garam masala
- 60g curry roux

MGA DIREKSYON
a) Init ang mantika sa isang malinis na medium na kasirola, ihalo ang mga karot, sibuyas, pulbos ng bawang, at lutuin hanggang malambot
b) Idagdag ang karne ng baka at kaunting tubig para magluto ng 20 minuto
c) Bawasan ang init at tiklupin ang kari at masala. Haluin ito para maghalo
d) Idagdag ang niligis na patatas at haluing mabuti para ma-set
e) Painitin ang oven sa 250 degrees
f) Kapag ang pagpuno ay pinalamig. Hatiin ang kuwarta sa mga bola, masahin ito sa ibabaw ng harina, sandok ng ilang laman sa piraso ng kuwarta, at igulong sa isang pinong matibay na bola.
g) Ulitin ang parehong para sa natitira, pintura ang bawat isa ng langis at ihagis ang napuno na kuwarta sa panko
h) Ayusin ang kuwarta sa isang handa na baking tray at maghurno ng 20 minuto

81. Mock ramen pot pie

: 4

MGA INGREDIENTS
- 2 (3 oz.) na pakete ng ramen noodles
- 1 lb. giniling na karne ng baka
- 1 (15 oz.) lata ng matamis na mais
- 1/2 tasa ng sibuyas, tinadtad
- mantika

MGA DIREKSYON
a) Bago ka gumawa ng anumang bagay, painitin muna ang oven sa 350 F.
b) Ihanda ang pansit ayon sa Direksyon sa pakete. Maglagay ng malaking kawali sa katamtamang init. Magpainit ng isang splash ng langis sa loob nito. Lutuin dito ang karne ng baka na may sibuyas sa loob ng 12 minuto.
c) Ikalat ang halo sa ilalim ng isang greased baking pan. Ibabaw ito ng matamis na mais at ramen noodles pagkatapos itong matuyo.
d) Ilagay ang kaserol sa oven at lutuin ito ng 14 hanggang 16 minuto. Ihain ito

82. Ramen Noodle Skillet na may Steak

: 2

MGA INGREDIENTS:
- Sibuyas, isa
- Mga karot, kalahating tasa
- Ground beef, kalahating kilo
- Canola oil, isang kutsara ☐ Ketchup, dalawang kutsara
- Asin at paminta para lumasa
- Corn starch, isang kutsarita
- Sabaw ng baka, isang tasa
- Sake, isang kutsara
- Pinakuluang itlog, isa
- Worcestershire sauce, isang kutsara

MGA DIREKSYON:
d) Sa isang malaking kawali sa medium-high heat, init ng mantika.
e) Magdagdag ng steak at sear hanggang sa gusto mong makumpleto, mga limang minuto bawat gilid para sa medium, pagkatapos ay ilipat sa isang cutting board at hayaan itong magpahinga ng limang minuto, at pagkatapos ay hatiin ito.
f) Sa isang maliit na mangkok, haluin ang toyo, bawang, katas ng kalamansi, pulot, at cayenne hanggang sa pinagsama at itabi.
g) Magdagdag ng sibuyas, paminta, at broccoli sa kawali at lutuin hanggang malambot, pagkatapos ay idagdag ang pinaghalong toyo at haluin hanggang sa ganap na mabalot.
h) Magdagdag ng nilutong ramen noodles at steak at ihalo hanggang sa pagsamahin.

83. Ramen lasagna

: 4

MGA INGREDIENTS
- 2 (3 oz.) na pakete ng ramen noodles
- 1 lb. giniling na karne ng baka
- 3 itlog
- 2 C. ginutay-gutay na keso
- 1 kutsarang tinadtad na sibuyas
- 1 tasang spaghetti sauce

MGA DIREKSYON
a) Bago ka gumawa ng anumang bagay, painitin muna ang oven sa 325 F.
b) Maglagay ng malaking kawali sa katamtamang init. Lutuin dito ang karne ng baka na may 1 pakete ng pampalasa at sibuyas sa loob ng 10 minuto.
c) Ilipat ang beef sa isang greased baking pan. Talunin ang mga itlog at lutuin sa parehong kawali hanggang sa maluto.
d) Itaas ang karne ng baka na may 1/2 tasa ng ginutay-gutay na keso na sinusundan ng nilutong itlog at isa pang 1/2 tasa ng keso.
e) Magluto ng ramen noodles ayon sa mga tagubilin sa pakete. Patuyuin ito at ihagis kasama ng spaghetti sauce.
f) Ikalat ang halo sa buong layer ng keso. Itaas ito ng natitirang keso. Lutuin ito sa oven sa loob ng 12 minuto. ihain ang iyong lasagna nang mainit. Enjoy.

84. Fermented Sichuan noodles

MGA INGREDIENTS SAUCE
- 1/2 tablespoons fermented black beans
- 2 kutsarang chili bean paste
- 1/2 tablespoons Shaoxing wine o 1/2 tablespoons dry sherry
- 1 kutsarita ng toyo
- 1 kutsarita ng sesame oil
- 1 kutsarita ng asukal
- 1/2 kutsarita na giniling na paminta ng Sichuan

MGA BIHON
- 1 kutsarang peanut oil o 1 kutsarang vegetable oil
- 4 oz. giniling na baboy o 4 oz. giniling na baka
- 2 scallions, puting berdeng bahagi pinaghiwalay tinadtad
- 1 sibuyas ng bawang, tinadtad
- 1 kutsarita sariwang luya, tinadtad
- 3 C. stock ng manok
- 1 lb. tofu, mga cube
- 2 (4 oz.) na pakete ng ramen noodles, inalis ang pakete

MGA DIREKSYON

a) Kumuha ng isang maliit na mangkok ng paghahalo: Durog dito ang black beans na may chili bean paste, rice wine, toyo, sesame oil, asukal, at paminta ng Sichuan hanggang sa maging makinis ang mga ito.
b) Maglagay ng malaking kawali sa katamtamang init. Painitin ang mantika sa loob nito. Brown sa loob nito ang baboy sa loob ng 3 minuto.
c) Haluin ang scallion whites, bawang, at luya at lutuin ng 1 minuto sa mahinang apoy.
d) Haluin ang black bean mix na may sabaw sa kawali. Lutuin ang mga ito hanggang sa magsimula silang kumulo. Ibaba ang apoy at ihalo ang tofu. Hayaang magluto sila ng 6 na minuto.
e) Ihanda ang pansit ayon sa Direksyon sa pakete.
f) Ilagay ito sa mga serving bowl at lagyan ng tofu mix.
g) Ihain nang mainit ang iyong pansit.
h)   Enjoy.

85. American ground beef ramen

Servings: 4

MGA INGREDIENTS
- 1 lb. giniling na karne ng baka, pinatuyo
- 3 (3 oz.) na pakete ng ramen noodles na lasa ng baka
- 5 C. kumukulong tubig
- 1/4-1/2 tasa ng tubig
- 1 (16 oz.) lata ng mais
- 1 (16 oz.) na lata ng mga gisantes
- 1/4 tasa ng toyo
- 1/2 kutsarita ng giniling na pulang paminta
- 1 gitling kanela
- 2 kutsarita ng asukal

MGA DIREKSYON
a) Maglagay ng malaking kawali sa katamtamang init. Magpainit ng isang splash ng langis sa loob nito. Idagdag ang karne ng baka at lutuin ito ng 8 minuto. Itabi ito.
b) Maglagay ng malaking kasirola sa katamtamang init. Painitin ang 5 C. ng tubig sa loob nito hanggang sa magsimula itong kumulo. Lutuin dito ang noodles sa loob ng 3 hanggang 4 na minuto.
c) Alisin ang noodles mula sa tubig at ihalo ito sa kawali na may karne ng baka.
d) Idagdag ang tubig, mais, gisantes, toyo, pulang paminta, kanela, asukal at 1 at kalahati ng mga pakete ng pampalasa. Ihagis ang mga ito sa amerikana.
e) Hayaang magluto sila ng 6 na minuto habang madalas na hinahalo. Ihain ang iyong ramen Skillet Hot.

86. Mung bang noodles kawali

Servings: 1

MGA INGREDIENTS

- 1 lb. lean ground beef, niluto
- 6 na hiwa ng turkey bacon, tinadtad
- 2 (3 oz.) na pakete ng ramen noodles
- 3 sibuyas ng bawang, tinadtad
- 1 katamtamang pulang sibuyas, diced
- 1 medium na repolyo, tinadtad
- 3 karot, gupitin sa manipis na 1 pulgadang piraso
- 1 pulang kampanilya paminta, gupitin sa laki ng kagat
- 2-4 na kutsarang light soy sauce
- 3 C. sitaw
- light toyo, sa panlasa
- dinurog na red pepper flakes

MGA DIREKSYON

a) Maglagay ng malaking kawali sa katamtamang init.
b) Lutuin dito ang bacon hanggang sa maging malutong. Patuyuin ito at ilagay sa isang tabi. Panatilihin ang tungkol sa 2 kutsara ng bacon grease sa kawali.
c) Igisa dito ang bawang na may sibuyas sa loob ng 4 na minuto. Haluin ang 2 kutsarang toyo at ang karot.
d) Hayaang magluto sila ng 3 minuto. Haluin ang bell pepper na may repolyo at hayaang maluto ng dagdag na 7 minuto.
e) Magluto ng noodles ayon sa tagagawa
   Mga direksyon. Patuyuin ito at haluin ng isang splash ng olive oil.
f) Haluin ang beef, bacon at durog na red pepper flakes sa kawali na may nilutong gulay. Hayaang magluto sila ng 4 na minuto habang madalas na hinahalo.
g) Kapag tapos na ang oras, ihalo ang bean sprouts at Ramen noodles sa pinaghalong gulay. Hayaang magluto sila ng dagdag na 3 minuto habang hinahalo palagi.
h) Ihain ang iyong pansit na kawali nang mainit na may mainit na sarsa.
i) Enjoy.

87. Stir Fried Ground Beef Ramen

Servings: 3

MGA INGREDIENTS
- 2 tasang mince ng baka
- ½ kutsarita ng ginger paste
- 2 karot, binalatan, hiniwa
- 1 katamtamang sibuyas, hiniwa ng manipis
- 3-4 na bawang, tinadtad
- Asin at paminta para lumasa
- 3 kutsarang mantikilya
- 3 pakete ng noodles, niluto
- 3 pakete ng pansit na pampalasa
- 3 kutsarang mantika
- 2 kutsarang suka

MGA DIREKSYON:

a) Mag-init ng mantikilya sa isang kawali at iprito ang ginger paste, bawang na may sibuyas hanggang lumambot.
b) Idagdag ang beef mince at lutuin hanggang hindi na pink.
c) Timplahan ng pansit na pampalasa, asin, paminta, suka. Ihagis upang pagsamahin.
d) Idagdag ang mga karot at lutuin ng 5-6 minuto.
e) Pagkatapos maluto ang carrots, ilagay ang noodles at ihalo nang maigi.
f) Ilipat sa isang serving dish at ihain nang mainit.
g) Enjoy.

88. French ramen pan

Servings: 1

MGA INGREDIENTS
- 2 (3 oz.) na pakete ng ramen noodles, anumang lasa
- 2 kutsarang kulay-gatas
- 1 (10 1/2 oz.) lata na cream ng mushroom soup
- 1/2 tasa ng tubig
- 1/2 tasa ng gatas
- 1/4 tasa ng sibuyas, tinadtad
- 1/4 tasa French's French fried onions
- 1/2 lb. giniling na karne ng baka

MGA DIREKSYON
a) Bago ka gumawa ng anuman, painitin muna ang oven sa 375 F.
b) Kumuha ng mixing bowl: Haluin dito ang crusted noodles, 1 pakete ng pampalasa, sour cream, sopas (walang diluted) na tubig, gatas, at sibuyas. Maglagay ng malaking kawali sa katamtamang init.
c) Lutuin dito ang karne ng baka sa loob ng 8 minuto. Patuyuin ito at idagdag sa pinaghalong pansit. Pukawin ang mga ito upang mag-coat.
d) Ibuhos ang halo sa isang greased na kawali. Lutuin ito sa oven sa loob ng 22 minuto. Itaas ang pansit na may pinirito na sibuyas at lutuin ito ng dagdag na 12 minuto sa oven.
e) Ibabaw ito ng keso pagkatapos ay ihain nang mainit.
f) Enjoy.

89. Pastitsio

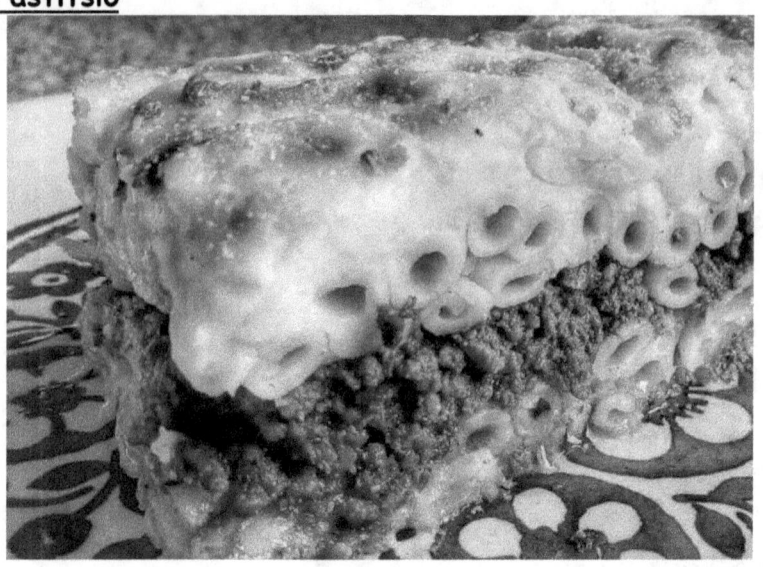

MGA INGREDIENTS

Nonstick cooking spray
- $\frac{3}{4}$ tasang lutong whole-wheat elbow macaroni
- $\frac{1}{2}$ tasang lutong giniling na karne ng baka
- $\frac{1}{4}$ tasa ng ginutay-gutay na mozzarella
- 3 Tbs. tomato paste
- 2 Tbs. sabaw ng manok
- $\frac{1}{8}$ kutsarita ng pinatuyong thyme
- $\frac{1}{8}$ kutsarita ng giniling na kanela
- Pag-iipon ng $\frac{1}{8}$ kutsarita ng kosher na asin
- 3 giling ng itim na paminta

MGA DIREKSYON

a) I-spray ang loob ng isang 16-oz. mug na may cooking spray.
b) Sa isang maliit na mangkok, haluin ang lahat ng Sangkap at ibuhos sa mug.
c) Takpan at microwave hanggang matunaw ang keso, mga 2 minuto.

90.Korean meal prep beef bowls

MGA INGREDIENTS
- ⅔ tasang puti o kayumangging bigas
- 4 katamtamang itlog
- 1 kutsarang langis ng oliba
- 2 cloves ng bawang, tinadtad
- 4 tasang tinadtad na spinach

KOREAN BEEF
- 3 kutsarang naka-pack na brown sugar
- 3 kutsarang reduced-sodium soy sauce
- 1 kutsarang bagong gadgad na luya
- 1 ½ kutsarita ng sesame oil
- ½ kutsarita ng sriracha (opsyonal)
- 2 kutsarita ng langis ng oliba
- 2 cloves ng bawang, tinadtad
- 1-pound ground beef
- 2 berdeng sibuyas, hiniwa nang manipis (opsyonal)
- ¼ kutsarita sesame seeds (opsyonal)

MGA DIREKSYON
a) Magluto ng bigas ayon sa mga tagubilin sa pakete; itabi.
b) Ilagay ang mga itlog sa isang malaking kasirola at takpan ng malamig na tubig ng 1 pulgada. Pakuluan at lutuin ng 1 minuto. Takpan ang palayok na may masikip na takip at alisin mula sa apoy; hayaang umupo ng 8 hanggang 10 minuto. Alisan ng mabuti at hayaang lumamig bago balatan at hiwain sa kalahati.
c) Init ang langis ng oliba sa isang malaking kawali sa medium-high heat.
Idagdag ang bawang at lutuin, pagpapakilos nang madalas, hanggang sa mabango, 1 hanggang 2 minuto. Haluin ang spinach at lutuin hanggang malanta, 2 hanggang 3 minuto; itabi.

d) Para sa karne ng baka: Sa isang maliit na mangkok, haluin ang brown sugar, toyo, luya, sesame oil, at sriracha, kung ginagamit.
e) Init ang langis ng oliba sa isang malaking kawali sa medium-high heat.
   Idagdag ang bawang at lutuin, patuloy na pagpapakilos, hanggang sa mabango, mga 1 minuto. Idagdag ang giniling na karne ng baka at lutuin hanggang magkulay, 3 hanggang 5 minuto, siguraduhing gumuho ang karne ng baka habang niluluto ito; alisan ng tubig ang labis na taba. Haluin ang pinaghalong toyo at ang berdeng mga sibuyas hanggang sa mahusay na pinagsama, pagkatapos ay kumulo hanggang sa uminit, mga 2 minuto.
f) Ilagay ang kanin, itlog, spinach, at pinaghalong karne ng baka sa mga lalagyan ng paghahanda ng pagkain at palamutihan ng berdeng sibuyas at linga, kung ninanais. Panatilihin itong sakop sa refrigerator 3 hanggang 4 na araw.
g) Painitin muli sa microwave sa loob ng 30 segundong pagitan hanggang sa uminit.

PANGUNAHING PAGKAIN

91. Oniony Salisbury Steaks

Naghahain: 6
Oras ng Pagluluto: 40 minuto

MGA INGREDIENTS

- 1-1/2 pounds lean ground beef
- 3 puti ng itlog
- 2 sibuyas, ang bawat isa ay hiwalay na tinadtad
- 3/4 tasa plain bread crumbs
- 1/2 tasa ng gatas na mababa ang taba
- 1 kutsarang tuyo na Italian seasoning
- 1 kutsarita ng asin
- 1 (10-3/4-onsa) lata ng condensed beef broth
- 1 (10-3/4-onsa) ay maaaring pinababang taba na condensed cream ng mushroom soup
- 1/4 kutsarita ng bawang pulbos
- 1/4 kutsarita ng itim na paminta

MGA DIREKSYON

a) Painitin ang hurno sa 350 degrees F.
b) Sa isang malaking mangkok, pagsamahin ang giniling na karne ng baka, mga puti ng itlog, 1 tinadtad na sibuyas, mumo ng tinapay, gatas, Italian seasoning, at asin; haluing mabuti. Hatiin ang timpla sa 6 na pantay na dami at gumawa ng 6 na hugis-itlog na patties. Ilagay ang mga patties sa rimmed baking sheet na nilagyan ng cooking spray at maghurno ng 25 hanggang 30 minuto, o hanggang sa walang nalalabing pink, lumiliko sa kalahati ng pagluluto.
c) Sa isang kasirola na pinahiran ng cooking spray, igisa ang natitirang tinadtad na sibuyas 3 hanggang 4 na minuto, o hanggang lumambot. Magdagdag ng mga natitirang Sangkap at haluin hanggang sa maayos na pagsamahin. Pakuluan sa medium-low heat 8 hanggang 10 minuto, o hanggang uminit.
d) Alisin ang mga steak sa serving platter at lagyan ng sauce.

92. Home-style na Meatloaf

Naghahain: 10
Oras ng Pagluluto: 1 oras 35 minuto

MGA INGREDIENTS
- 2 pounds 95% lean ground beef
- 1 (8-1/4-onsa) lata julienne carrots, pinatuyo
- 1 (13-1/2-onsa) lata ng mga tangkay at piraso ng kabute, pinatuyo
- 1/2 tasa ng cornflake crumbs
- 1 kutsarang pinatuyong tinadtad na sibuyas
- 1/2 tasa ng kapalit ng itlog
- 1/2 kutsarita ng itim na paminta
- 3 kutsarang ketchup

MGA DIREKSYON
a) Painitin muna ang oven sa 350 degrees F. Pahiran ng cooking spray ang isang 5- x 9-inch na loaf pan.
b) Sa isang malaking mangkok, pagsamahin ang giniling na karne ng baka, karot, mushroom, cornflake crumbs, tinadtad na sibuyas, kapalit ng itlog, at paminta; haluing mabuti. Ilagay sa loaf pan at ikalat ang ketchup nang pantay-pantay sa ibabaw.
c) Maghurno ng 1-1/2 na oras, o hanggang wala nang natitira pang pink. Hayaang umupo ng 5 minuto. Ibuhos ang labis na likido, kung mayroon man, pagkatapos ay hiwain at ihain.

93. Cheesy Burger Fries

Nagsisilbi: 4
Oras ng Pagluluto: 25 minuto

MGA INGREDIENTS
- 1 (32-onsa) bag na nakapirming French fries
- 1-pound ground beef
- 1/2 tasa ng ketchup
- 1/4 tasa dilaw na mustasa
- 1/4 kutsarita ng asin
- 1/4 kutsarita ng itim na paminta
- 1 maliit na sibuyas, tinadtad
- 1/2 tasa hiniwang dill pickles
- 3/4 tasa ng sarsa ng keso, pinainit

MGA DIREKSYON
a) Ilagay ang frozen French fries sa baking sheet at i-bake ayon sa Mga Direksyon sa pakete.
b) Samantala, sa isang malaking kawali, lutuin ang giniling na karne ng baka sa sobrang init hanggang sa mag-brown, mga 6 hanggang 8 minuto; alisin ang labis na taba.
c) Haluin ang ketchup, mustasa, asin, at paminta; haluing mabuti at lutuin ng karagdagang 2 hanggang 3 minuto, o hanggang sa uminit.
d) Ilagay ang French fries sa isang malaking platter, kutsara ang pinaghalong karne sa ibabaw ng fries, budburan ng sibuyas at atsara, at pantay na ibuhos ang sarsa ng keso sa lahat. Ihain kaagad.

94. Inihurnong Goulash

Nagsisilbi: 4
Oras ng Pagluluto: 50 minuto

MGA INGREDIENTS
- 1-1/2 hanggang 2 pounds ground beef
- 1/2 pound na hiniwang mushroom
- 1 maliit na sibuyas, tinadtad
- 1 kutsarang tinadtad na bawang
- 1 (28-ounce) garapon na spaghetti sauce
- 1 kutsarita ng asin
- 1/2 kutsarita ng itim na paminta
- 8 ounces hilaw na elbow macaroni
- 1/2 tasa ng tubig
- 1 tasa (4 ounces) ginutay-gutay na mozzarella cheese

MGA DIREKSYON

a) Painitin ang oven sa 350 degrees F. Pahiran ng cooking spray ang 2-1/2-quart casserole dish.

b) Sa isang malaking kawali, brown ground beef, mushroom, sibuyas, at tinadtad na bawang sa katamtamang init ng 6 hanggang 8 minuto, o hanggang sa walang pink na natitira sa karne ng baka, madalas na hinahalo. Alisan ng tubig ang labis na likido pagkatapos ay idagdag ang mga natitirang Sangkap maliban sa keso; haluing mabuti.

c) Ilagay ang timpla sa inihandang casserole dish, takpan, at maghurno ng 25 minuto. Alisin sa oven at itaas na may mozzarella cheese. Ibalik sa oven at maghurno, walang takip, 15 hanggang 20 minuto, o hanggang sa pinainit at natunaw ang keso.

95. Madaling Stroganoff

Naghahain: 6
Oras ng Pagluluto: 15 minuto

MGA INGREDIENTS
- 1-1/2 pounds ground beef
- 1 (8-onsa) na pakete ng presliced na sariwang mushroom
- 1 malaking sibuyas, hiniwa ng manipis
- 16 onsa karton na kulay-gatas
- 1 (10-3/4-ounce) lata ng cream ng mushroom soup, hindi natunaw
- Bawang asin at itim na paminta sa panlasa (opsyonal)

MGA DIREKSYON
a) 1. Brown ground beef sa isang malaking kawali, haluin hanggang sa ito ay gumuho at hindi na pink; alisan ng tubig sa isang colander, itinatapon ang mga tumutulo. Itabi ang giniling na baka.
b) 2. Idagdag ang mga mushroom at sibuyas sa kawali, at lutuin sa katamtamang init, patuloy na pagpapakilos, 5 minuto o hanggang lumambot.
c) 3. Magdagdag ng giniling na karne ng baka, kulay-gatas, at sopas; lutuin sa katamtamang init ng 5 minuto o hanggang sa lubusang uminit, hinahalo paminsan-minsan. Kung ninanais, haluin ang bawang asin at paminta sa panlasa. Ihain kaagad sa mainit na nilutong egg noodles.

96.Lahat sa Isang Pierogi Skillet

Nagsisilbi: 4
Oras ng Pagluluto: 20 minuto

MGA INGREDIENTS
- 1 kutsarang langis ng gulay
- 1-pound ground beef
- 1 (16-onsa) na pakete ng frozen potato pierogis, lasaw
- 1 (10-onsa) na pakete ng frozen broccoli florets, lasaw
- 1/2 kutsarita ng asin
- 1/4 kutsarita ng itim na paminta
- 1 tasa (4 ounces) ginutay-gutay na Cheddar cheese

MGA DIREKSYON
a) Sa isang malaking kawali, painitin ang mantika sa katamtamang init, at kayumangging baka ng 5 minuto, madalas na pagpapakilos.
b) Magdagdag ng pierogi at magluto ng 4 hanggang 5 minuto, o hanggang sa uminit.
c) Paghaluin ang broccoli, asin, at paminta, pagkatapos ay lagyan ng keso.
d) Bawasan ang init sa mababang, takpan, at magluto ng karagdagang 2 hanggang 3 minuto, o hanggang sa matunaw ang keso at uminit ang broccoli.

97. Mason jar Bolognese

MGA INGREDIENTS
- 2 kutsarang langis ng oliba
- 1-pound ground beef
- 1 pound Italian sausage, tinanggal ang mga casing
- 1 sibuyas, tinadtad
- 4 cloves na bawang, tinadtad
- 3 (14.5-onsa) na lata na hiniwang kamatis, pinatuyo
- 2 (15-onsa) na lata na tomato sauce
- 3 dahon ng bay
- 1 kutsarita ng tuyo na oregano
- 1 kutsarita ng tuyo na basil
- ½ kutsarita ng tuyo na thyme
- 1 kutsarita kosher salt
- ½ kutsarita sariwang giniling na itim na paminta
- 2 (16-onsa) na pakete ng pinababang taba na mozzarella cheese, nakakubo
- 32 ounces hilaw na whole wheat fusilli, niluto ayon sa mga tagubilin sa pakete; mga 16 na tasa ang niluto

MGA DIREKSYON

a) Init ang langis ng oliba sa isang malaking kawali sa medium-high heat. Idagdag ang giniling na baka, sausage, sibuyas, at bawang. Lutuin hanggang kayumanggi, 5 hanggang 7 minuto, siguraduhing gumuho ang karne ng baka at sausage habang niluluto ito; alisan ng tubig ang labis na taba.

b) Ilipat ang pinaghalong giniling na karne ng baka sa isang 6-quart na slow cooker. Haluin ang mga kamatis, tomato sauce, bay leaves, oregano, basil, thyme, asin, at paminta. Takpan at lutuin sa mahinang apoy sa loob ng 7 oras at 45 minuto. Alisin ang takip at gawing mataas ang mabagal na kusinilya. Ipagpatuloy ang pagluluto ng 15 minuto, hanggang sa lumapot ang sarsa. Itapon ang mga dahon ng bay at hayaang lumamig ang sarsa.

c) Hatiin ang sarsa sa 16 (24-onsa) na malapad na bibig na garapon na may takip, o iba pang lalagyan na hindi tinatablan ng init. Itaas ang mozzarella at fusilli. Palamigin ng hanggang 4 na araw.

d) Upang ihain, microwave, walang takip, hanggang sa uminit, mga 2 minuto. Haluin upang pagsamahin.

98. Griyego-Style Beef with Veggies

Nagsisilbi: 4

MGA INGREDIENTS:
- 1 lb. giniling na karne ng baka
- Asin at itim na paminta sa panlasa
- 1 kutsarang langis ng oliba
- 5 medium carrots, hiniwa
- ¼ tasa + 2 Kutsarang puting alak, hinati
- 1 bungkos na baby bok choy, pinutol at halos tinadtad
- 3 sibuyas ng bawang, tinadtad
- 1 (15 oz.) lata navy beans, binanlawan at pinatuyo
- 2 kutsarang pinong tinadtad na sariwang oregano
- ½ tasang gadgad na Parmesan cheese
- 2 kutsarang lemon juice

MGA DIREKSYON

a) Magluto ng karne ng baka sa isang malaking kawali sa katamtamang init sa loob ng 10 minuto o hanggang kayumanggi.

b) Timplahan ng asin, itim na paminta at ilipat sa isang plato. Itabi.

c) Init ang langis ng oliba sa parehong kawali at igisa ang mga karot sa loob ng mga 5 minuto o hanggang lumambot. Magdagdag ng bok choy, bawang, at ¼ tasa ng white wine; lutuin ng 3 minuto o hanggang matuyo ang bok choy.

d) Haluin ang karne ng baka, navy beans, oregano, at natitirang white wine; kumulo ng 3 minuto o hanggang mainit ang beans. Patayin ang init at ibuhos ang lemon juice sa itaas.

e) Lutuin ang pagkain, itaas ang Parmesan cheese at ihain nang mainit.

99. Beef stuffed zucchini

Yield: 1 Serving

MGA INGREDIENTS
- 1 katamtamang Zucchini
- ¼ pounds Ground beef
- 1 kutsarang tinadtad na sibuyas
- 1 kutsarang tinadtad na berdeng paminta
- 3 kutsarang Tomato sauce
- 2 kutsarang Parmesan cheese; hinati
- 1 dash Bawang powder
- 1 gitling Asin

MGA DIREKSYON
a) Gupitin ang zucchini sa kalahati ng haba. I-scoop ang pulp, mag-iwan ng ¼ pulgadang shell.
b) I-chop ang pulp at itabi. Ilagay ang giniling na karne ng baka, sibuyas at berdeng paminta sa maliit na kaserol. Takpan at microwave sa High para sa 1 hanggang 2 minuto, haluin ng isang beses hanggang sa maging brown ang karne ng baka. Alisan ng tubig.
c) Magdagdag ng zucchini pulp, tomato sauce, 1 kutsarang Parmesan cheese, garlic powder at asin sa pinaghalong giniling na karne ng baka. Ilagay ang kalahati ng beef mixture sa bawat zucchini shell. Budburan ng natitirang 1 kutsarang Parmesan cheese.
d) Ilagay ang pinalamanan na zucchini sa isang microwave roasting rack. Takpan nang mahigpit gamit ang heavy duty na plastic wrap. Microwave sa High para sa 1½ minuto
e) Bigyan ng kalahating liko ang ulam, at i-microwave sa High para sa 1½ hanggang 3½ minuto o hanggang sa mapuno ang laman at malambot na ang zucchini.

100. TexMex kaserol

Yield: 4 na servings

MGA INGREDIENTS
- 1 libra Ground beef
- 1 medium na sibuyas, tinadtad
- ½ (1 25 oz.) sobre na pinaghalong pampalasa ng taco
- ½ (15 hanggang 16 oz.) garapon ng salsa
- ¼ tasa ng kulay-gatas
- 1½ tasang Tortilla o corn chips
- ¼ tasa Grated Cheddar

MGA DIREKSYON
a) Sa medium bowl, pagsamahin ang ground beef, sibuyas at taco seasoning mix; lutuin, tinakpan ng mataas sa loob ng 4 hanggang 6 na minuto hanggang ang karne ng baka ay hindi na kulay rosas, hinahalo minsan sa kalahati ng pagluluto.
b) Haluin ang salsa at sour cream. 2. Sa 1½ quart casserole, i-layer ang kalahati ng meat mixture, lahat ng tortilla chips, pagkatapos ang natitirang meat mixture.
c) Magluto, sakop, 1 hanggang 2 minuto, hanggang mainit
d) Alisan ng takip; budburan ng keso. Magluto ng 1 hanggang 2 minuto hanggang matunaw ang keso.
e) Itaas ang anumang paboritong taco fixing: ginutay-gutay na lettuce, tinadtad na kamatis, mga hiwa ng Avocado.

KONGKLUSYON

Wala nang mas gusto namin kaysa sa mga klasiko, tradisyonal na pagkain. Sa napakaraming picky eaters doon, minsan gusto mo ng recipe na gagana lang. Gusto mong mag-eksperimento at magkaroon ng kaunting uri ngunit kailangan mo ng isang bagay na maaasahan – at doon pumapasok ang mga recipe ng ground beef na ito!